ഋതുക്കൾ പോയതറിയാതെ

ഡോ. സി.പി. രഘുനാഥൻ നായർ

INDIA • SINGAPORE • MALAYSIA

ISBN 979-8-89233-806-6

ഉള്ളടക്കം

ഗ്രന്ഥകർത്താവിനെപ്പറ്റി

ഡോ. സി.പി. രഘുനാഥൻ നായർ

കൊച്ചിൻ യൂണിവേഴ്സിറ്റി ഓഫ് സയൻസ് ആൻഡ് ടെക്നോളജിയിൽ (കുസാറ്റ്) നിന്നും രസതന്ത്രത്തിൽ ബിരുദാനന്തര ബിരുദവും, ഫ്രാൻസിലെ ലൂയി പാസ്ചർ യൂണിവേഴ്സിറ്റിയിൽ നിന്ന് പോളിമർ സയൻസിൽ ഡോക്റ്ററേറ്റും നേടിയ ഡോ. നായർ തിരുവനന്തപുരത്തെ ഇന്ത്യൻ ബഹിരാകാശ ഗവേഷണ സ്ഥാപനത്തിൽ വിവിധ പദവികളിൽ സേവനമനുഷ്ഠിച്ചു. ഇന്ത്യയുടെ എല്ലാ പ്രധാന ബഹിരാകാശ ദൗത്യങ്ങളിലും അദ്ദേഹം പങ്കെടുത്തിട്ടുണ്ട്. 2016-ൽ ഈ സ്ഥാപനത്തിന്റെ ഡെപ്യൂട്ടി ഡയറക്ടറായി ഉദ്യോഗത്തിൽ നിന്നും വിരമിച്ച ശേഷം ഇദ്ദേഹം കുസാറ്റിൽ വിസിറ്റിംഗ് പ്രൊഫസറായി ചേർന്നു. നിലവിൽ ഇവിടെ പ്രൊഫസർ എമറിറ്റസായ ഇദ്ദേഹം രാജ്യത്തെ അറിയപ്പെടുന്ന രസതന്ത്രജ്ഞരിൽ ഒരാളാണ്. 220 ലധികം ഗവേഷണ പ്രബന്ധങ്ങളുടെയും 11 പുസ്തകങ്ങളുടെയും 20 ഓളം പുസ്തക അധ്യായങ്ങളുടെയും കർത്താവാണ്. മലയാളത്തിലെ മുഖ്യധാരാ പത്രങ്ങളിലുൾപ്പെടെ അൻപതോളം ശാസ്ത്രീയ ലേഖനങ്ങൾ കുട്ടികൾക്കായി എഴുതിയിട്ടുണ്ട്. 19 പേറ്റന്റുകളുടെ ഉടമയും, 17 വിദ്യാർത്ഥികൾക്ക് ഗവേഷണ ഗൈഡുമായി വർത്തിച്ച ഇദ്ദേഹത്തെ, ശാസ്ത്ര ഗവേഷണ മികവിന് സർക്കാർ തലത്തിൽ നിരവധി തവണ ആദരിച്ചിട്ടുണ്ട്. 2020–ൽ, USA–ലെ സ്റ്റാൻഫോർഡ് സർവ്വകലാശാല ലോകത്തിലെ ഏറ്റവും മികച്ച പോളിമർ ശാസ്ത്രജ്ഞരിൽ ഒരാളായും 2022–23–ൽ ADL–INDEX

എന്ന അന്തർദ്ദേശീയ സ്ഥാപനം പ്രകൃതി ശാസ്ത്രത്തിലെ ലോകത്തിലെ ഏറ്റവും മികച്ച ശാസ്ത്രജ്ഞരിൽ ഒരാളായും ഡോ. നായരെ തിരഞ്ഞെടുക്കുകയുണ്ടായി. അടുത്തിടെ, സാഹിത്യത്തിന്റെ മേഖലകളിലും അദ്ദേഹം ചെറിയ രീതിയിൽ സംഭാവന ചെയ്തിട്ടുണ്ട്. അങ്ങനെ, കഴിഞ്ഞ ഒരു വ്യാഴവട്ടക്കാലത്തിനുള്ളിൽ മലയാളത്തിലും ഇംഗ്ലീഷിലുമായി ധാരാളം ചെറുകഥകൾ, കവിതകൾ, പൊതു–സാമൂഹിക ശാസ്ത്ര വിഷയങ്ങളിൽ ഉപന്യാസങ്ങൾ, കുട്ടികൾക്കായി ശാസ്ത്ര ലേഖനങ്ങൾ എന്നിവ എഴുതിയിട്ടുണ്ട്. ഇംഗ്ലീഷ്, ഫ്രഞ്ച്, ജർമൻ എന്നീ വിദേശ ഭാഷകൾ കൈകാര്യം ചെയ്യാനറിയാം

സംഗ്രഹം

ഈ പുസ്തകം, ഗ്രന്ഥകർത്താവ് പലപ്പോഴായി എഴുതി പത്ര–മാസികകൾ വഴിയും സാമൂഹ്യ മാധ്യമങ്ങൾ വഴിയും പ്രസദ്ധീകരിച്ച ഹ്രസ്വ കഥകൾ, ലേഖനങ്ങൾ, കവിതകൾ എന്നിവയിൽ നിന്ന് തിരഞ്ഞെടുക്കപ്പെട്ടവയുടെ ഒരു സമന്വയമാണ്. ഇതിലെ കഥകൾ ഓരോന്നും തനതായ രീതിയിൽ ആണ് രചിക്കപെട്ടിരിക്കുന്നത് എന്നിരുന്നാലും, ചില കഥകളിൽ പൊതുവായിട്ടുള്ള ഒരു കാര്യം അവ ആത്മകഥാ–കഥനമാണെന്നതാണ്. ഇവയിലെ പ്രധാന കഥാപാത്രമായ ഡോ. ശശാങ്കൻ ഗ്രന്ഥകർത്താവിന്റെ ഒരു പ്രതിരൂപമല്ലേ എന്ന് ചില വായനക്കാർക്കെങ്കിലും തോന്നിയാൽ അത് യാതൃശ്ചികമല്ല. നല്ല ബുദ്ധിയുള്ള ശശാങ്കൻ പലപ്പോഴും അബദ്ധങ്ങളിൽ ചെന്ന് ചാടും. ശശാങ്കന്റെ കൊച്ചു കൊച്ചു തമാശകൾ എങ്ങനെ ശോക പര്യവസായി ആകുന്നു എന്ന് കാണാം.

കാർഡുകളും നമ്പറുകളും കൊണ്ട് കുടുങ്ങിക്കിടക്കുന്ന ആധുനിക ജീവിതത്തെ എങ്ങിനെ ആ കുരുക്കിൽ നിന്ന് ഊരാമെന്നു പറയുന്നില്ലെങ്കിലും അതിനെ ലാഘവബുദ്ധിയോടെ എങ്ങിനെ നേരിടാമെന്ന് ആ മനസ്സ് പദ്ധതി ഒരുക്കുന്നു. മറ്റൊരു കഥയിൽ വരാൻ പോകുന്ന സങ്കീർണമായ ഒരു സാമൂഹ്യ പരിഷ്ക്കാരത്തെ മനസ്സാൽ എങ്ങിനെ ലഘൂകരിക്കാമെന്നു ശ്രമിക്കുന്നതിനിടയിൽ അത് സ്വ:കുടുംബത്തിൽ അസ്വാരസ്സ്യങ്ങൾ വിളിച്ചു വരുത്തുന്നു. വലിയ അക്കാദമിഷ്യനെന്നു ഭാവിച്ചു നടക്കുന്ന ശശാങ്കന്റെ സർവകലാശാല മേലധികാരിയാവാനുള്ള ശ്രമം എങ്ങനെ അയാളറിയാതെ പാളിപ്പോകുന്നുവെന്നു കാണാം. ആശുപത്രികിടക്കിയിൽ കിടന്നു ഒരു ദുർഘടാവസ്ഥയെ പ്രായോഗിക ബുദ്ധിയുപയോഗിച്ചു എങ്ങനെ തരണം ചെയ്തു എന്ന് നർമ്മ രൂപേണ ഒരു കഥയിൽ വിവരിക്കുമ്പോൾ, അങ്ങനെ ഒരു അവധികാലത്ത് എന്ന കഥ തികച്ചും അസംഭവ്യമായ ഒരു കഥാഭാവനയാണ്. ഏതാണ്ട് 700 വർഷങ്ങൾക്ക് മുമ്പ് കേരളത്തെ പറ്റി ആധികാരികമായി വിവരിച്ച സാഹസികനായ മാർക്കോപോളോ ഇത്രയും വർഷത്തെ ഇടവേളയ്ക്കു ശേഷം ദൈവത്തിന്റ സ്വന്തം നാട്ടിൽ തിരികെ വരുമ്പോൾ കാണുന്ന സാമൂഹ്യ മാറ്റങ്ങൾ നർമ രൂപേണ ഭാവനയിൽ വിവരിക്കുന്നതാണ് ഈ കഥയിലെ പ്രതിപാദ്യ വിഷയം.

ഇതിലെ പല ലേഖനങ്ങൾക്കും രസതന്ത്രത്തിന്റ ഒരു മേമ്പൊടി കാണാം. സാമൂഹ്യ പ്രസക്തിയുള്ള പല വിഷയങ്ങളുടെയും നിരൂപണ കാഴ്ചപ്പാടോടെയുള്ള ശാസ്ത്രീയ അവലോകനമാണ് മിക്ക ലേഖനങ്ങളുടെയും പ്രതിപാദ്യ രീതി. അതുപ്രകാരം പ്ലാസ്റ്റിക്കുകളുടെ ഗുണം മനസിലാക്കാനും അവയെ അന്ധമായി എതിർക്കാതിരിക്കാനും പൊതു ജനത്തെ ബോധവൽക്കരിക്കുക എന്ന ദൗത്യം ബോധപൂർവമല്ലെങ്കിലും ലേഖകൻ ഏറ്റെടുത്തിട്ടുണ്ട്. വിരുദ്ധാഹാരങ്ങളുടെ ശാസ്ത്രീയ വശം പരിശോധിക്കുന്ന ലേഖകൻ, കാൽസ്യം കാർബൈഡ് പോലുള്ള വസ്തുക്കളെപ്പറ്റിയുള്ള ജനങ്ങളുടെ തെറ്റിദ്ധാരണ അകറ്റാൻ ഈ ലേഖനങ്ങൾ വഴി ശ്രമിക്കുന്നു. ലേഖനത്തിന്റെ കൂട്ടത്തിൽ മുഖ്യമായ ഒന്ന് പ്രൊഫ് മാധവൻ പിള്ള എന്ന അപൂർവ വ്യക്തിത്വത്തെ പറ്റിയാണ്. ആലുവയെന്ന കൊച്ചു നഗരത്തിന്റെ മാഹാത്മ്യം വിളമ്പുന്ന ഒരു ലേഖനവും കൂടി ലേഖകൻ ഉൾപ്പെടുത്തിയിട്ടുണ്ട്. ലേഖനം തുടങ്ങുന്നത് താൻ എങ്ങനെയാണ് ഒരു മിന്നാമിനുങ്ങിന്റെ നുറുങ്ങുവെട്ടത്തിൽ തന്റെ സഹധർമിണിയെ ആദ്യമായി കണ്ടെത്തെന്നു സരസമായി വിവരിച്ചുകൊണ്ടാണ്. ഭൂമിയുടെ ഉപഗ്രഹമായ ചന്ദ്രൻ എങ്ങനെയാണ് ഭൂമിയെ ആവാസയോഗ്യമാക്കിയതെന്നു വിവരിച്ചു കൊണ്ട് ലേഖന പരമ്പര അവസാനിക്കുന്നു ഇങ്ങനെ പരസ്പരം ബന്ധമില്ലാത്ത വിഷയങ്ങളാണ് ഈ ലേഖനങ്ങളുടെ പ്രതിപാദ്യ വിഷയങ്ങൾ.

ഗ്രന്ഥകർത്താവ് അടിസ്ഥാനപരമായി ഒരു കവി അല്ല. എന്നാൽ ചില നേരങ്ങളിൽ മനസ്സിൽ ഉദിക്കുന്ന ചില ആശയങ്ങൾ ബഹിർഗമിക്കുമ്പോൾ ഉണ്ടാവുന്ന ഓളങ്ങളാണ് വൃത്തവും, പ്രാസവുമില്ലാതെ കവിത രൂപത്തിലുള്ള ഈ വരികൾ. ലേഖകൻ പൊതുവെ നർമം ഇഷ്ടപ്പെടുന്നയാളാണ്. എല്ലാ കഥകളിലും, ലേഖനങ്ങളിലും ഈ നർമ്മരസം തുളുമ്പുന്നത് അതുകൊണ്ടാണ്.

ആമുഖം

ഈ പുസ്തകം ഗ്രന്ഥകർത്താവിന്റെ ചെറുകഥകൾ, ലേഖനങ്ങൾ, കവിതാശകലങ്ങൾ എന്നിവയുടെ ഒരു കൂട്ടായ്മയാണ്. പല ലേഖനങ്ങൾക്കും രസതന്ത്രത്തിന്റ ഒരു മേമ്പൊടി കാണാം. സാമൂഹ്യ പ്രസക്തിയുള്ള പല വിഷയങ്ങളുടെയും ഒരു ശാസ്ത്രീയ അവലോകനമാണ് മിക്ക ലേഖനങ്ങളുടെയും പ്രതിപാദ്യ വിഷയം. ചെറുകഥകൾ ആത്മകഥ–കഥനം ആണെന്ന് കാണാം. ചെറുകഥയെന്നാൽ "ജീവിതത്തിലെ ഒരു സംഭവത്തിന്റെയോ, രംഗത്തിന്റെയോ, ഭാവത്തിന്റെയോ ഗദ്യത്തിലുള്ള ഒരു ചിത്രമാണ്. ഭാവനയിലുള്ള ഒരു സന്ദർഭം മനോഹരമായി ചിത്രീകരിക്കുകയാണ് ഒരു ചെറുകഥയിലൂടെ ചെയ്യുന്നത്". ഈ കാഴ്ചപ്പാടിലൂടെ ദർശിച്ചാൽ ഇതിലെ കഥകൾ ഈ നിർവചനത്തിൽ പെടുമോയെന്നു സംശയമുണ്ട്. വളരെ ദരിദ്ര സാഹചര്യത്തിൽ പിറന്നു വളർന്ന ഗ്രന്ഥകർത്താവിന്റെ ജീവിതാനുഭവങ്ങൾ വളരെ തീക്ഷ്ണവും, തിക്തവുമാണ്. പ്രതിസന്ധികളെ മറികടന്നു ജീവിത വിജയം നേടിയ ഒരു യോദ്ധാവിന്റെ ആത്മരോദനം ശശാങ്കൻ എന്ന കഥാപാത്രത്തിലൂടെ അവതരിപ്പിക്കുകയാണ് ഗ്രന്ഥകർത്താവ് ചെയ്യുന്നത്. ഇത് ആരെയും അവഹേളിക്കാനുദ്ദേശിച്ചിട്ടുള്ളതല്ല എന്ന് ആമുഖമായി പറഞ്ഞു കൊള്ളട്ടെ. സാമൂഹ്യ പ്രസക്തിയുള്ള പല വിഷയങ്ങളുടെയും നിരൂപണ കാഴ്ചപ്പാടോടെയുള്ള ശാസ്ത്രീയ അവലോകനമാണ് മിക്ക ലേഖനങ്ങളുടെയും പ്രതിപാദ്യ രീതി. അതുപ്രകാരം പ്ലാസ്റ്റിക്–കളെയും, കാൽസ്യം കാർബൈഡ് പോലുള്ള രാസ വസ്തുക്കളുടെ ഉപയോഗത്തെയും യുക്തി സഹിതം പ്രതിരോധിക്കുന്ന ലേഖകൻ, അതെ തീവ്രതയോടെ വിരുദ്ധാഹാരങ്ങളുടെ ഒരുമിച്ചുള്ള ഭക്ഷണത്തെ ശാസ്ത്രീയ അടിസ്ഥാനത്തിൽ എതിർക്കുന്നു. നമ്മുടെ ജീവിതകാലത്തു നാം കണ്ടുമുട്ടുന്നവരിൽ ചില വ്യക്തികൾ നമ്മളെ വളരെയധികം സ്വാധീനിച്ചിട്ടുണ്ടാവാം. അത് സ്വന്തം സഹധര്മിണിയായാലും, അദ്ധ്യാപകനായാലും അയൽവാസിയായാലും അവരോടുള്ള കടപ്പാട് ഒരിക്കലും നാം മറക്കരുത്. ഈ കാഴ്ചപ്പാടിലൂടെ ചില വ്യക്തികളെ പരാമർശിക്കുന്ന ലേഖനങ്ങളും ഇതിൽ ഉൾപ്പെടുത്തിയിട്ടുണ്ട്. ഭൂമിയുടെ ഉപഗ്രഹമായ ചന്ദ്രൻ ഭൂമിയെ എങ്ങനെ വാസയോഗ്യമാക്കിയതെന്നു വിവരിച്ചു കൊണ്ട് ലേഖന പരമ്പര അവസാനിക്കുന്നു

ഗ്രന്ഥകർത്താവ് അടിസ്ഥാനപരമായി ഒരു കവി അല്ല. എന്നാൽ ചില നേരങ്ങളിൽ മനസ്സിൽ ഉദിക്കുന്ന ചില ആശയങ്ങൾ ബഹിർഗമിക്കുമ്പോൾ ഉണ്ടാവുന്ന ഓളങ്ങളാണ് ഈ വൃത്തവും, പ്രാസവുമില്ലാതെ കവിത രൂപത്തിലുള്ള ഈ വരികൾ. ഗ്രന്ഥകർത്താവ് പൊതുവെ നർമം ഇഷ്ടപ്പെടുന്നയാളാണ്. എല്ലാ കഥകളിലും, ലേഖനങ്ങളിലും നർമ്മരസം തുളുമ്പുന്നത് അതുകൊണ്ടാണ്.ശാസ്ത്രേതര വിഷയങ്ങളിലെ ഗ്രന്ഥകർത്താവിന്റെ ഈ രണ്ടാമത്തെ ഉദ്യമത്തെ വായനക്കാർ രണ്ടു കയ്യും നീട്ടി സ്വീകരിക്കുമെന്ന വിശ്വാസത്തോടെ,

സി.പി. രഘുനാഥൻ നായർ

കഥ

1

മോബൈലുകളും, കാർഡുകളും, നമ്പരുകളും പിന്നെ........

"കാർഡെടുത്തോ"? ജോലിസ്ഥലത്തെ ഓഫിസിലേക്കു ഗമിക്കവേ പിറകിൽ നിന്നുള്ള കളത്രത്തിന്റെ ചോദ്യം ശശാങ്കന് ഒട്ടും രസിച്ചില്ല. എങ്കിലും അതു പുറത്തു കാണിക്കാൻ ധൈര്യമില്ലാത്തതിനാൽ സൗമ്യമായി ചോദിച്ചു, "ഏതു കാർഡ്"? ആധാർ, എ. റ്റി. എം., തിരിച്ചറിയൽ, വോട്ടേഴ്സ്, റേഷൻ, ക്രഡിറ്റ്, പാൻ... എന്നിവയുടെ ഒരു താരസമൂഹം തന്നെ മനസ്സിൽ കൂടി കടന്നുപോയി.

"തിരിച്ചറിയൽ കാർഡല്ലെ"? .... "ഉവ്വല്ലോ"!

കാർഡില്ലാതെ, അതിലെ തിരിച്ചറിയൽ നമ്പറില്ലാതെ ഒരീച്ചയ്ക്ക് പോലും കയറാനാകാത്ത സ്ഥാപനത്തിലാണു ഉദ്യോഗാർത്ഥം ചേക്കേറിയിരിക്കുന്നത് എന്ന തിരിച്ചറിവുള്ളതു കൊണ്ട് ഉണർന്നെഴുന്നേറ്റാൽ ശശാങ്കന്റെ ആദ്യ പ്രവൃത്തി ഈ കാർഡിനെ കുപ്പായ കീശയിൽ കൃത്യമായി നിക്ഷേപികുക എന്നതാണ്.

കാർഡും നമ്പറുമുപയോഗിച്ച് ഓഫീസ്സിനകത്ത് കയറുന്നതോടെ നമ്പറടിസ്ഥാനമായ ഔദ്യോഗിക ദിനചര്യയ്ക്ക് തുടക്കമായി. മേശപ്പുറത്തിരിക്കുന്ന വിവിധ നമ്പർ ഫയലുകൾ തൂലികയുടെ സ്പർശനമേറ്റ് മോക്ഷപ്രാപ്തി നേടിക്കഴിഞ്ഞപ്പോൾ, വ്യക്തി സഹായിയുടെ വക ഓർമ്മപെടുത്തൽ

"സർ, ഇന്ന് ഇൻകം ടാക്സ് റിട്ടേൺ കൊടുക്കണം. പാൻ നമ്പർ ഓർമയുണ്ടോ"?

കൊള്ളാം എന്തൊരു ചോദ്യം! പാൻ നമ്പർ ഏതെങ്കിലുമൊരാൾ മറക്കാൻ ധൈര്യപ്പെടുമോ? അതുപോലെ മറക്കാൻ ആരും ധൈര്യപ്പെടാത്ത മറ്റൊന്നാണ് ഭാര്യയുടെ ജന്മദിനം. ശശാങ്കൻ ആത്മഗതം കൊണ്ടു.

ഇനി പ്രധാന ഇ–മെയിൽ സന്ദേശങ്ങൾ നോക്കിയാലോ? കമ്പ്യൂട്ടറിന്റെ വ്യക്തിഗത സംരക്ഷണ നമ്പർ പ്ര്യയോഗിച്ചു അത് പ്രവർത്തനക്ഷമമാക്കി. ഇ–മെയിലിന്റെ ലോഗ്–ഇൻ നമ്പറും പാസ്സ് വേർഡും ഓർമ്മയുണ്ടായത് ഭാഗ്യമായി. ഇ–മെയിലുമായു

ള്ള മൽപ്പിടുത്തം കഴിഞ്ഞ് മീറ്റിംഗുകളിലേക്ക് കടക്കും മുൻപ് അന്ന് പ്രതിപാദി ക്കേണ്ട വിഷയങ്ങളും, ഫയൽ നമ്പറുകളും ഒന്ന് വേഗത്തിൽ വിശകലനം ചെയ്തു.

ഗ്ലൂക്കോസ് തീർന്ന കാര്യം ശരീരമോർമ്മിപ്പിച്ചപ്പോൾ അന്ന് കഴിക്കേണ്ട ആഹാര ഇനങ്ങളിൽ തീർപ്പു കല്പിക്കേണ്ട കാര്യമോർത്തു. വീണ്ടും കമ്പ്യൂട്ടറിലേക്ക്. ക്യാന്റീൻ കോഡ് നമ്പറും, പിൻ നമ്പറും ഉപയോഗിച്ച് ആഹാരം ബുക്ക് ചെയ്ത് ആമാ ശയത്തിന് ഉറപ്പ് കൊടുത്തു.

കളത്രത്തിന്റെ ജന്മദിനം വരുന്നു. നേരത്തെ പറഞ്ഞപോലെ ലോകത്തു ഒരു പുരുഷ നും ഒരുകാലത്തും മറക്കാൻ ധൈര്യപ്പെടാത്ത ഈ സംഭവത്തിനും പണമേറെ വേണ്ടേ? ഉച്ചഭക്ഷണശേഷം സമീപത്തുള്ള ധനദായക യന്ത്രത്തിലേക്ക് (ATM) കാലുകൾ യാന്ത്രികമായി ചലിച്ചു. കയ്യിൽ മൂന്ന് കാർഡുകൾ. അതിലൊന്ന് കറക്കിയെടുത്തു. പിൻ നമ്പർ മൊബൈലിൽ സൂക്ഷിച്ചിട്ടുള്ളതുകൊണ്ട് അതോർക്കേണ്ടതില്ലെന്ന് സമാധാനിച്ചു. അപ്പോൾ പിന്നെ ഈ മൊബൈൽ ഫോൺ കണ്ടു പിടിച്ചില്ലായിരുന്നെങ്കിൽ ഈ നമ്പറടിസ്ഥിത ജീവിതം "കട്ടപ്പുക" തന്നെയായേനെ, ശശാങ്കൻ സ്വയം പിറുപിറുത്തു. കുപ്പായം വഴി വാഷിംഗ് മെഷീനിലെ ജലവുമായോ, ബിസ്സ്കറ്റെന്ന് കരുതി ചായയുമായോ സംഗമിക്കാൻ ഇടവന്നാൽ മൊബൈൽ ഫോണും തദ്വാര സ്വജീവിതവും "ഔട്ട്". നൂറു കണക്കിന് ടെലഫോൺ നമ്പറുകൾ ഓർക്കാതെ ഓർക്കാൻ സഹായിക്കുന്ന ഈ യന്ത്രത്തെ വളരെ ബഹുമാനിക്കേണ്ടതല്ലേ? അതു കണ്ടുപിടിച്ച സായിപ്പിനെ സ്തുതിക്കണം. ശശാങ്കന്റെ മനസ്സുപറഞ്ഞു.

ജീവിത–ജന്യ അസുഖങ്ങൾക്ക് ഭിഷഗ്വരൻ നിർദ്ദേശിച്ച മരുന്നുകൾ കൃത്യമായ് വീട്ടിൽ കൊണ്ട് എത്തിക്കുന്ന മെഡിക്കൽ ഷോപ്പിൽ ഗൂഗിൾ പേ വഴി രൂപ അടക്കേണ്ട കാര്യം അപ്പോളാണ് സ്മൃതിപഥത്തിൽ തെളിഞ്ഞത്. കീശയിൽ നിന്നും ഫോൺ തപ്പി പിൻ നമ്പറിന്റെ സഹായത്തോടെ അതുമടച്ചു.

ഭക്ഷണ ശേഷം വായിക്കാനെന്ന വ്യാജേന നേരെ വായനശാലയിലേക്ക് ഗമിച്ചു. ശീതീകരിച്ച വായനശാലയിലിരുന്നുറങ്ങുവാനോ, സൃഷ്ടിയിലിരിക്കുന്ന പുസ്തക ത്തിന്റെ അവസാന ഭാഗത്തിനാവശ്യമായ കാര്യങ്ങൾ മറ്റ് പുസ്തകങ്ങളിൽ നിന്ന് അടർത്തിയെടുക്കുവാനോ ആണെന്നു ജനം കരുതുമോ? സങ്കോചത്തോടെ വായന ശാലയിലെത്തിയപ്പോൾ, അതാ അവിടം നിദ്രാകാംക്ഷികളെക്കൊണ്ടു നിറഞ്ഞി രിക്കുന്നു. പുസ്തകമെടുത്ത് കൗണ്ടറിൽ ചെന്നപ്പോഴാണ് ലൈബ്രറി കാർഡില്ലെന്നും അതിലെ അംഗത്വ നമ്പർ ഓർമ്മയില്ലെന്നും മനസ്സിലാക്കിയത്. സുഹൃത്തായ ലൈബ്രേറിയന്റെ സഹായത്തോടെ പുസ്തകമെടുത്ത് ഒരു ബുദ്ധിജീവിയുടെ ഭാവത്തോടെ ഓഫീസ് മുറിയിലേയ്ക്ക് ഗമിയ്ക്കവേ ഭാര്യയുടെ വക ഫോൺ.

"ഇന്ന് ഗ്യാസ് ബുക്ക് ചെയ്യേണ്ട ദിവസമാണ്".

അനുസരണാശീലം കുടുംബജീവിതത്തിന് വളരെ നല്ലതാണെന്ന തിരിച്ചറിവിൽ ശശാങ്കൻ പറഞ്ഞു

"ശരി".

ഗ്യാസ് ഏജൻസിയുടെ നമ്പറും, ഗ്യാസ് ബുക്കിംഗ് നമ്പറും മൊബൈലെന്ന അക്ഷയ നിധിയിൽ നിന്ന് ലഭിച്ചു.

കൃത്യനിർവ്വഹണശേഷം വീട്ടിലെത്തിയപ്പോൾ ദാ! വൈദ്യുതി, ടെലഫോൺ ബില്ലുകൾ ഭാര്യാവക മൊബൈലിൽ പ്രത്യക്ഷപ്പെട്ടിരിക്കുന്നു. രണ്ടിലും ഒരു പരീക്ഷണത്തിന് ബാല്യമില്ലാത്തതുകൊണ്ട് നേരെ കമ്പ്യൂട്ടറിനെ പ്രാപിച്ചു. "ഓൺലൈനാ" യി ബില്ലടയ്ക്കാമെന്നത് ജീവിതം സരളമാക്കിയില്ലെ! അതെല്ലെങ്കിൽ മദ്യവില്പന ശാലയുടെ സമീപത്തുള്ള വൈദ്യുതി ആപ്പീസിൽ ബില്ലടക്കാൻ ക്യൂ നില്ക്കണം. അവിടെ പോയതാണെന്നു ആണയിടു പറഞ്ഞാലും പത്നിക്കു വിശ്വാസം വരുകയില്ല. ഇന്നിപ്പോൾ അതിനെല്ലാം മാറ്റം വന്നിരിക്കുന്നു. കുടുംബത്തിൽ സമാധാനം ഉണ്ടായിരിക്കുന്നു. കാരണക്കാരനോ? കമ്പ്യൂട്ടറും, മൊബൈലുകളും, കാർഡുകളും നമ്പറുകളും...അല്ലാതെന്ത്? എന്തൊരു മാറ്റം! അല്ലെങ്കിലും ഒരു മാറ്റം ആരാണാഗ്രഹിക്കാത്തതു?

കുടുംബ സമധാനം തന്ന സായിപ്പിനു വീണ്ടും വീണ്ടും സ്തുതി.

ദൈവമെ, ഉപഭോക്ത നമ്പറും, വ്യക്തിഗത കോഡ് നമ്പറും, അക്കൗണ്ട് നമ്പറും ഓർക്കാൻ കഴിയണേ എന്ന് പ്രാർത്ഥിച്ചുകൊണ്ട് കൃത്യനിർവ്വഹണം തുടങ്ങവേ കാർഡിലെ പിൻ നമ്പർ തെറ്റിയതിനാൽ കമ്പ്യൂട്ടർജീ പരിഭവിച്ചു.

സ്വയം പഴിച്ചുകൊണ്ട് കണ്ണടച്ചിരിക്കുമ്പോൾ, തല ചൊറിഞ്ഞുകൊണ്ട് ഇളയപുത്രൻ മൊഴിഞ്ഞു. "കോഴിക്കോട് കായികമത്സരത്തിന് പങ്കെടുക്കാൻ പോണം". ട്രയിൻ ടിക്കറ്റ് ബുക്ക് ചെയ്തു തരാമോ? ഓട്ടത്തിൽ ഹുസൈൻ ബോൾട്ടിനെയും, ചാട്ടത്തിൽ കാൾ ലൂയിസിനേയും, ഫുട്ബോളിൽ മറഡോണയെയും കടത്തിവെട്ടാൻ വെമ്പുന്ന പുത്രനെ നിരുത്സാഹപ്പെടുത്തരുതല്ലോ? റെയിൽവേയുടെ സൈറ്റ് പരതി. പിന്നെയും "പാസ്സ് വേഡിന്റെയും" "യൂസർ നെയ്മിന്റെയും" പിറകേ പാഞ്ഞു.

എ. റ്റി. എം. കാർഡ്, ബാങ്ക് അക്കൗണ്ട് നമ്പർ, പിൻ നമ്പർ എന്നിവ പുറത്തു നിന്ന് പിന്തുണ അറിയിച്ചു. ടിക്കറ്റ് റെഡി.

"ഏതുനേരവും കമ്പ്യൂട്ടറിന്റെ മുമ്പിലല്ലെ"? 'എന്നാൽ പിന്നെ എം.ബി.എ. വിദ്യാർത്ഥിയുടെ ഫീസും കൂടി അടച്ചേരെ'

മൂത്ത പുത്ര വിദ്യാർത്ഥിയുടെ കാര്യമാണ് പത്നി പറഞ്ഞത്.

ഇന്റർനെറ്റ് ബാങ്കിടപാട് നമ്പർ, കോഡ് നമ്പർ, അക്കൗണ്ട് നമ്പർ, അടക്കേണ്ട ബാങ്കിന്റെ ഐ എഫ് എസ് സി നമ്പർ, കോളേജിന്റെ അക്കൗണ്ട് നമ്പർ എന്നിവയുടെ തുണയിൽ അക്കാര്യം സാധിച്ചപ്പോൾ എന്തൊ പിടിച്ചടക്കിയ പ്രതീതി. ഈ നമ്പർ യുഗത്തിൽ ജനിച്ചതിനെ ശരീരഭാവേ ശപിച്ചെങ്കിലും മനസ്സുകൊണ്ട് ശിരസാവഹിച്ചില്ലേയെന്നു സംശയം.

ഘടികാരം 11 എന്ന നമ്പർ കാണിച്ചു നിദ്രാപ്രാപ്യത്തി നുള്ള സൂചന തന്നു.

കട്ടിലിൽ തിരിഞ്ഞും മറിഞ്ഞും കിടന്നിട്ടും നിദ്രാദേവി കടാക്ഷിച്ചില്ല. മനസ്സിൽ നമ്പരുകളുടെ തിരമാല. അത് സുനാമിയാവുമൊ? പല പല കാർഡുകളും നമ്പറുകളും ദൃഷ്ടിയിൽ കൂടി പായുന്നതുപോലെ. ഇടയ്ക്കെപ്പോഴോ മയങ്ങിയപ്പോൾ അതാ മുന്നിൽ നമ്പർ കൊണ്ടുള്ള ഒരു വലിയ കോണി. അതിൽ വലിഞ്ഞു കയറി ആകാശം മുട്ടെയെത്തി. ഭഗവാനേ! അവസാനം കാണുന്നില്ലല്ലോ! വേവലാതിയോടെ താഴേയ്ക്ക് നോക്കി. ഞെട്ടിപ്പോയി കോണിയുടെ അടിഭാഗവും അപ്രത്യക്ഷമായിരിക്കുന്നു. ധോം...... അത്യുന്നതങ്ങളിൽ നിന്ന് അഗാധതയിലേക്കുള്ള പതനം ദ്ധടുതിയിലായിരുന്നു. നെഞ്ചിടിപ്പോടെ ഞെട്ടിയുണർന്നപ്പോൾ സമാധാനം. കട്ടിലിൽ നിന്നും താഴേ ഭൂമീദേവിയെപ്പുണർന്നു ജീവനോടെ കിടപ്പുണ്ട്. വീഴ്ചയിൽ ശിരസ്സും ധരണിയുമായിട്ടുള്ള ആ കൂടിക്കാഴ്ചക്കിടെ ഉണ്ടായ ചെറിയ ക്ഷതം ആ സ്വപ്നത്തിലെ വീഴചയുമായി താരതമ്യം ചെയ്യൂമ്പോൾ എത്രയോ നിസ്സാരം......

നിദ്രാ ദേവിയെപുല്കാൻ ആരോ ഉപദേശിച്ച നമ്പർ മന്ത്രം പ്രയോഗിച്ചാലോ. ബഹിരാകാശ ശാസ്ത്രജ്ഞർക്ക് അന്യമല്ലാത്ത "കൗണ്ട് ഡൗൺ" തുടങ്ങി, 100, 99, 98, 97, 96, 95, ...

കൂർക്കം വലിയുടെ നേർത്ത സംഗീതം കൊതുകുകളുടെ സംഘഗാനത്തിൽ ലയിച്ച് .... ലയിച്ച്...............

കഥ

2

എന്നാലും എന്റെ.... മക്കളെ

“നീങ്ങളിന്നു ഓഫിസിൽ പോണില്ലേ?” അല്ലെങ്കിൽത്തന്നെ മാർക്ക് മതിയാവോളമില്ല ഇനിയിപ്പോൾ കൃത്യവിലോപത്തിനുള്ള മാര്ക്കും കൂടി കുറപ്പിക്കാനാണോ ഭാവം? എന്നാൽ കേമമാകും”

പരിഹാസത്തോടെയുള്ള കളത്ര മൊഴി തുടർന്നു..............,

അതങ്ങനെയാണ് ഭർതൃ –പുത്രാദികളെത്ര സ്കോർ ചെയ്താലും വീട്ടിലെ അമ്മമാർക്ക് തൃപ്തിയാവില്ല. അല്ലെങ്കിൽ പിന്നെ ജോലി ചെയ്യുന്നമേഖലയിൽ നല്ല പേരുള്ള തന്റെ നേരെ ഇങ്ങനെ ഒളിയമ്പെയ്യുമോ?

താൻ എന്താ മോശമാണോ, ശശാങ്കനോർത്തു. +2 പരീക്ഷക്ക് 99/100 മാർക്ക് വാങ്ങിയ പുത്രനോട് താൻ ചോദിച്ചതോ? ബാക്കി ഒരു മാർക്ക് എവിടെപ്പോയി എന്നാണു.

വീണ്ടും കളത്ര ദേഷ്യം:

“അങ്ങനെ മാർക്ക് കുറഞ്ഞു കുറഞ്ഞു ജോലിയിൽ നിന്ന് പിരിച്ചുവിട്ടാൽ പിന്നെ പരമസുഖം. ഒന്നും ചെയ്യാതെ കഥയെഴുതാണെന്നും പറഞ്ഞു ആ കമ്പ്യൂടറിന്റെ മുമ്പിൽ ചടഞ്ഞിരുന്നു, കുടവയറും ചാടി ഉള്ള കൊളെസ്റ്റ്രോളെല്ലാം വരുത്തി.... ഈശ്വരാ ഞാനിനി എന്തെല്ലാം കാണണം.” .....

രാവിലെ കമ്പൂട്ടറിൽ ഈമെയിൽ നോക്കുന്നതിനിടയിൽ പുതിയ മാറ്റങ്ങളെ ചുറ്റി പറ്റി സർക്കാർ വക പുതിയ ഓഫിസ് ഓർഡറുകൾ വല്ലതുമുണ്ടോയെന്നു ഗൂഗിളിൽ പരതി. അത് കുറച്ചു കൂടുതൽ സമയമെടുത്തതു ശശാങ്കൻ അറിഞ്ഞില്ല. അതിനാണു ഇത്രേം പഴി കേൾക്കേണ്ടി വന്നത്. തിരിച്ചു പറയാനുള്ള സാവകാശം ലഭിക്കുന്നതിനു മുമ്പ് തന്നെ ഇസ്രായേലിന്റെ പാലസ്തീന് നേരെയുള്ള തുരു –തുരാ മിസ്സയിൽ പ്രയോഗം പോലെ തന്റെ നേരെയുള്ള ഭാര്യാ വചന മിസ്സയിലുകൾ തടുക്കാനാവാതെ ശശാങ്കൻ നിസ്സഹായനായി നിന്നു.

വിജയകരമായ ദാമ്പത്യത്തിൽ ക്ഷമ, സഹനശക്തി എന്നിവയുടെ പങ്കിനെ കുറിച്ചു നല്ല പോലെ ബോധവാനായിരുന്ന ശശാങ്കൻ മൌനം ഭഞ്ജിച്ചില്ല. അല്ലെങ്കിലും ക്ഷമ ആട്ടിൻ സൂപ്പിന്റെ ഫലം ചെയ്യുമെന്നല്ലേ ചൊല്ല്.

ഭാര്യ വിലാപം ക്ലൈമാക്സിലെത്തിയപ്പോൾ ഇനി അവിടെ നില്ക്കുന്നത് പന്തിയല്ലെന്ന് മനസ്സിലാകിയ ശശാങ്കൻ പിൻ വാതിലിലൂടെ, ചെവിപൊത്തി, മെല്ലെ പുറത്തേക്ക് വലിഞ്ഞു.

അതങ്ങനെയാന്നു. പെണ്ണൊരുമ്പെട്ടാൽ ബ്രഹ്മനും തടുക്കല –എന്നാണല്ലോ ചൊല്ല്.

ഒന്നും മിണ്ടാതെ അയാൾ സ്കൂട്ടറിൽ കയറി ബഹിരാകാശ കേന്ദ്രമെന്ന തന്റെ ഓഫിസ് മാർഗ്ഗേ ഗമിച്ചു.

ഒന്നോർത്താൽ കളത്രശങ്കയിലും കഴമ്പില്ലേ? വരാൻ പോകുന്ന ഓഫിസ് ഓർഡറിനെക്കുറിച്ച അയാളോർത്തു

കാലഘട്ടത്തിന്റെ ചുവരെഴുത്തുകൾ വായിക്കാൻ താൻ വൈകിയിരിക്കുന്നു. ദാ.............. കുട്ടികൾ അദ്ധ്യാപകരെ വിലയിരുത്തുന്നു. താത്വീകമായി, അത് എല്ലാ മേഖലയിലേക്കും വ്യാപിപ്പിക്കാൻ പോകുന്നത്രേ. അതാണ് ആശങ്കക്ക് ഹേതു.

പക്ഷെ, ശശാങ്കനു അത് നല്ല കാര്യമായി തോന്നി, അപ്പോൾപിന്നെ അതിനോടു വിമുഖത കാട്ടേണ്ട കാര്യമില്ല. പുതിയ ഓരോ പരിഷ്കാരങ്ങൾ വരുമ്പോൾ നമ്മൾ അതിനൊപ്പം നീന്തണം. ഇല്ലെങ്കിൽ ദിനോസറിന്റെ ഗതി നമുക്കും വരും. വംശ നാശം!

കീഴ് ജീവനക്കാരൻ മേലുദ്യൊഗസ്ഥനെ വിലയിരുത്തുന്നതിൽ എന്താണു തെറ്റ്?

ഭാര്യകോപത്തിനു ന്യായം കണ്ടെത്തി, സമയത്ത് തന്നെ ശശാങ്കൻ ഉദ്യോഗ സ്ഥലത്തെത്തി.

പേർസണൽ അസിസ്റ്റന്റ് തന്നെ ഗൌനിക്കുന്നില്ലേ? ശശാങ്കനു സംശയമായി. ചിലപ്പോൾ മനസ്സിന്റെ ലീലകളാവം. ഉപബോധ മനസിൽ ഓഫീസ് ഓർഡർ അല്ലെ, ഇനി നോക്കുന്നതും, കാണുന്നതുമെല്ലം ഈ ഒരു വീക്ഷണ–കോണിലൂടെ ആയിരിക്കും.

ശ്ശെ, നല്ലവരായ പി. എ. –യെ തെറ്റിദ്ധരിച്ചതിൽ അയാള് കുണ്ഠിതപ്പെട്ടു. ഫയലുകളുമായിട്ടുള്ള ഗുസ്തി കഴിഞ്ഞു, ഒരു ചായയാകാമെന്നു വിചാരിച്ചു പുറത്തിറങ്ങി.

ദാണ്ടെ, മരച്ചുവട്ടിൽ ഒരു ആൾകൂട്ടം. എന്താണാവൊ?

പെട്ടെന്ന് തീ പിടിക്കുന്ന ഇന്ധനം കൈകാര്യം ചെയ്യുന്ന സ്ഥലമാണു. ശശാങ്കന്റെ ഉള്ളിൽ ഒരു കൊള്ളിയാൻ മിന്നി. മനസ്സിലെ ആധി അയാളെ അവിടേക്കു ആനയിച്ചു.

"രാഷ്ട്രീയമാ സാറേ, പുതുപ്പള്ളി ഇലക്ഷനല്ലേ"

കീഴ്ജീവനക്കാരിൽ വന്ന മാറ്റം ശശാങ്കൻ ശ്രദ്ധിച്ചു. അവരാരും തന്നെ ഗൌനിക്കുന്നില്ല, കണ്ടഭാവമില്ല. മുൻപൊക്കെ മേലുദ്യോഗസ്ഥനെ കാണുമ്പോൾ വിറച്ചിരുന്ന ഇവർ ഇപ്പോൾ പുതിയ ചട്ടത്തിന്റെ ചുവടു പിടിച്ചു കിട്ടിയ അവസരങ്ങൾ മുതലാക്കുക യാണ്.

ഇവരാണല്ലോ തനിക്കു മാർക്കിടുന്നത്? താൻ അടുത്ത വർഷം ഈ ജോലിയിൽ തുടരണമോയെന്നു തീരുമാനിക്കേണ്ടതും ഇവരല്ലേ?

കലികാല വൈഭവം, ശശാങ്കൻ നെടുവീർപ്പിട്ടു.

എല്ലാം നല്ലതിനാണെന്നു വിശ്വസിച്ച അയാൾ ഈ മാറ്റവും അങ്ങന തന്നെ കാണാൻ ശ്രമിച്ചു.

അല്ലെങ്കിലും ഒരു മാറ്റം ആരാണു ആഗ്രഹിക്കാത്തത്? പരസ്യത്തിലെ മോഹൻലാലിനെ അയാളോർത്തു

ഓഫീസിലെത്തിയപ്പോൾ അതാ മേലുദ്യോഗസ്ഥൻ തന്നെ കാത്തു തന്റെ ഓഫീസി ൽ! ശശാങ്കനു വിശ്വാസം വന്നില്ല. എന്തിനും, എല്ലാത്തിനും തന്നെ സ്വന്തം ഓഫീസി ലേക്ക് വിളിപ്പിക്കാറുള്ള മേലുദ്യോഗസ്ഥനിതാ തന്നെ കണ്ടപ്പോൾ ഇരിപ്പിടത്തിൽ നി ന്നെഴുന്നേൽക്കുന്നു.

സ്തബ്ദനായി നിന്ന ശശാങ്കന് പെട്ടെന്ന് പരിസര ബോധമുണ്ടായി.

"സർ, എന്താണാവോ? ....ഇങ്ങോട്ട് ....?"

അതുവരെ അംഗലേയത്തിൽ മാത്രം സംവാദിച്ചിരുന്ന താനിതാ ശ്രേഷ്ഠ ഭാഷയിൽ മൊഴിയാൻ തുടങ്ങിയിരിക്കുന്നു. എല്ലായിടത്തും മാറ്റം.

അയാൾ ശ്രദ്ധിച്ചു

ഇതും നല്ലതിനെന്നയാൾ സമാധാനിച്ചു.

"വാർഷിക പ്രകടന വിലയിരുത്തൽ റിപ്പോർട്ട് വാങ്ങാൻ വന്നതാണു".

"അങ്ങോട്ടു വരുമായിരുന്നല്ലോ". ശശാങ്കൻ വിനീതനായി.

"ഓ! ഇനിയിപ്പോൾ എല്ലാം തിരിച്ചായില്ലേ?"

അതിന്റെ അർത്ഥം ശശാങ്കന് പിടികിട്ടി. മേലുദ്യോഗസ്ഥനും വിവരമറിഞ്ഞു വിരണ്ടിരിക്കുന്നു

താനാണിനി അദ്ദേഹത്തിനു മാര്ക്കിടുന്നത്, അദ്ദേഹത്തെ വിലയിരുത്തുന്നത്. ഹും! അയാൾ കുറെ വാങ്ങിക്കും, ശശാങ്കൻ മനസ്സിൽ ഓർത്തു. തന്നെ കാണുമ്പോൾ കാല് മേശപ്പുറത്തു കേറ്റി വച്ച് മുറുക്കാൻ വായിലിട്ടു ചവച്ചു അർത്ഥ മനസ്സോടെ വർത്തമാനം പറഞ്ഞു തന്നെ അവഹേളിക്കുന്ന ഇയാളുടെ മാർക്ക് താൻ നേരത്തെ കൂട്ടി വച്ചിട്ടുണ്ട്.

ഓർത്തപ്പോൾ എല്ലാം കൊള്ളാമെന്നു ശശാങ്കന് തോന്നി

ശശാങ്കൻ അറച്ചറച്ചു പറഞ്ഞു"

"ഇന്ന് അര മണിക്കൂർ നേരത്തെ പോകണം, മകന്റെ ജന്മദിനമാണ്".

"ഓഹോ! പിന്നെന്താ" മേലുദ്യോഗസ്ഥന്റെ വക,

ആഹാ! എന്തൊരു റെസ്പോൻസ്. ശശാങ്കൻ ഉള്ളാലെ സന്തോഷിച്ചു.

ഈ കടുംപിടുത്തക്കാരന് ഇതെന്തുപറ്റി?

"വേണെമെങ്കിൽ ഒരു മണിക്കൂർ നേരെത്തെ പൊക്കോളൂ" എന്നദ്ദേഹം പറയുമെന്നുവരെ ശശാങ്കൻ നിനച്ചു. പക്ഷെ, അതുണ്ടായില്ല.

ഓഫീസിനു വെളിയിൽ കടന്ന ശശാങ്കൻ ഗേറ്റിലേക്ക് ഗമിക്കവെ, കീഴുദ്യോഗസ്ഥന്മാർ പിറുപിറുക്കുന്നതു അയാൾ ശ്രദ്ധിച്ചു.

ദൈവമേ. നാളെ ഇവർ എനിക്ക് എത്ര മാർക്കിടുമൊ ആവോ? ശശാങ്കൻ ആത്മഗതം കൊണ്ടു.

സ്കൂട്ടറിൽ യാത്ര തുടരവെ അയാൾ പലതും ചിന്തിച്ചു. മാറ്റങ്ങൾ അനിവാര്യമാണ്.

ആരോ പറഞ്ഞതുപോലെ മാറ്റമില്ലാത്തതൊന്നെയുള്ളു അത് മാറ്റമാണു.

അപശബ്ദം പുറപ്പെടുവിച്ചു സ്കൂട്ടർ നിന്നു.

സ്കൂട്ടറും തനിക്കു മാർക്കിടുകയാണോ? ... അയാൾ ശങ്കിച്ചു

ഒരു വിധേന വീട്ടിലെത്തിയ ശശാങ്കൻ, ഭാര്യയുടെ സ്വാഭാവിക കമന്റിനു കാതോർത്ത് നിന്നു.

പക്ഷെ, അതുണ്ടായില്ല.

ആ ശാന്തത ശശാങ്കനെ അലസോരപ്പെടുത്തി. ആ ശാന്തത ഒരു കൊടുങ്കാറ്റിന്റെ മുന്നോടിയാണോ?

ദാ...! മക്കൾ രണ്ടു പേരും മുഖം കാണിക്കാൻ വരുന്നു

പിറന്നാൾകാരൻ മൊഴിഞ്ഞു

"പതിവുപോലെ അച്ഛനിന്നും വൈകി. എന്റെ പിറന്നാൾ ഇന്നാണെന്നറിയില്ലേ"?

കുറ്റബോധം കൊണ്ടു തലകുനിച്ചയാൾ മനസിൽ നിനച്ചു. തന്റെ മുമ്പിൽ നിന്ന് വർത്തമാനം പറയാൻ ധൈര്യം ഇതുവരെ കാണിക്കാത്തവനാണു.

ദാ...... ഇപ്പോൾ ഇവനും................

ഇവനും പുതിയ ചട്ടത്തെപറ്റി അറിഞ്ഞു കാണുമോ?

"ഒരു പിതാവെന്ന നിലയിൽ അച്ഛന് വേണ്ടത്ര മാർക്കില്ല" "അയാം സോറി റ്റു സെ സൊ".

അവന്റെ ഒരു ആംഗലേയം.

ഒരു പിറന്നാളിന് വൈകിയപ്പോഴത്തേക്കും നാടക ശൈലിയിലുള്ള സംസാരവും വിലയിരുത്തലും.

ശശാങ്കൻ ദേഷ്യം ഉള്ളിലൊതുക്കി.

ആരോ പറഞ്ഞപോലെ, മക്കളോട് ദേഷ്യം കാണിക്കരുത്. അവരെ പിണക്കരുത്. കാരണം, നമ്മൾക്ക് വയസ്സാവുമ്പോൾ ഏതു അഗതിമന്ദിരത്തിലേക്കാണ് നമ്മളെ കൊണ്ട് പോകേണ്ടത് എന്ന് തീരുമാനിക്കുന്നതവരാണ്.

അച്ഛനു ഞാൻ ഇരുപത്തിയെട്ടേ തരൂ! മകന്റെ വക മാർക്കിടലും...

"ഇരുപത്തിയെട്ടോ?..................... ശശാങ്കനറിയാതെ അയാളുടെ അധരങ്ങൾ ചലിച്ചു.

ഒരിക്കൽപ്പോലും ഒരു സർവകലാശാലയും അയാളോടു മാർകിന്റെ കാര്യത്തിൽ ലുബ്ധു കാണിച്ചിട്ടില്ല. റാങ്കില്ലാതെ അയാൾ പരീക്ഷകൾ കടന്നിട്ടില്ല. അല്ലെങ്കിൽ ബഹിരാകാശ കേന്ദ്രത്തിൽ എത്തിപ്പെടുമായിരുന്നില്ലല്ലൊ.

ഈയിടെ പക്ഷെ താൻ എല്ലായിടത്തും പരാജയപ്പെടുന്നതയാൾ ശ്രദ്ധിച്ചു എല്ലായിടത്തും പരാജയം. സർവകലാശാല മേധാവിയാവാൻ നോക്കി– പരാജയം. ബഹിരാകാശ വിദ്യാകേന്ദ്രത്തിൽ "തലൈവർ" ആവാൻ ശ്രമിച്ചു, നടന്നില്ല. പലയിടത്തും പ്രായാധിക്ക്യമാണയാൾക്കു വിഘാതമായി നിന്നത്. 60– വയസ്സ് കഴിഞ്ഞാൽ മനുഷ്യനെ

ഒന്നിനും കൊള്ളുകില്ലയെന്ന ചിലരുടെ കണ്ടുപിടിത്തം തന്റെ പരാജയങ്ങൾക്കു ത്വരകമായില്ലേ?

പരാജയങ്ങൾ ഏറ്റു വാങ്ങാൻ ഇനിയും ഈ ജന്മം ബാക്കി. അയാൾ പിറുപിറുത്തു.

"അല്പം മോഡറേഷൻ താടാ മക്കളെ!" അറിയാതെ അയാൾ കെഞ്ചി.

"ബുദ്ധിമുട്ടാണു്, ഒരുപാടു ആലോചിച്ചു തീരുമാനിച്ചതാണ്" വീണ്ടും നാടക ശൈലി.

ശരിയാണു, മക്കളുടെ കാര്യത്തിൽ ശ്രദ്ധിക്കാൻ അയാൾ ശ്രമിച്ചിരുന്നില്ല. അവരുടെ പിറന്നാൾ ഒര്ത്തിരുന്നില്ല. ഊണിലും, ഉറക്കത്തിലും രസതന്ത്ര ഗവേഷണത്തെ പറ്റി മാത്രമായിരുന്നു ചിന്ത. അപ്പോൾ പിന്നെ ഈ മാർക്കെ താൻ അർഹിക്കുന്നുള്ളൂ. അയാൾ സ്വയം സമാധാനിച്ചു

തോൽവികൾ ഏറ്റു വാങ്ങാൻ തന്റെ ജീവിതം ഇനിയും ബാക്കിയെന്ന തിരിച്ചറിവിൽ നമ്ര ശിരസ്കനായി ശശാങ്കൻ വീട്ടിനകത്തേക്ക് കടന്നു......................

പുറത്തു ചാറ്റൽ മഴ, ചകോരങ്ങളുടെ ബഹളം -------------

കഥ

3

ഋതുക്കൾ പോയതറിയാതെ

ഇതിൽ പരാമർശിച്ചിരിക്കുന്ന കഥാപാത്രങ്ങളെല്ലാം സാങ്കല്പികമാണു. അതിനു ജീവിച്ചിരിക്കുന്നവരൊ മരിച്ചവരോ ആയ ആരെങ്കിലുമായി സാമ്യമുണ്ടെങ്കിൽ അതു തിക്ച്ചും യാദൃച്ഛികം മാത്രമാണു.

“ഓ! ഇതെന്തൊരു ശല്യം, ഒന്നുറുങ്ങാനും സമ്മതിക്കൂലെ?”,

ഫോൺ നിരന്തരം ചിലച്ചപ്പോൾ പിറുപിറുത്തുകൊണ്ട് ശശാങ്കൻ പുതപ്പുനുള്ളിലെ അത്യധിക എൻട്രോപ്പി അവസ്ഥയിൽ നിന്നും മോചനം നേടി എഴുന്നേററു. മകരമാസ തണുപ്പിന്റെ സുഖത്തിൽ നിദ്രാദേവി മനസ്സറിഞ്ഞു അനുഗ്രഹിച്ചു വന്നതേയുള്ളൂ. ഗ്രഹാം ബെല്ലിനെ ശപിചുകൊണ്ട് ഫോണെടുത്തപ്പോൾ പ്രിയ സുഹൃത്താണ് അങ്ങെ തലക്കൽ.

“മാഷെ, എണീറ്റില്ലേ??

കുറ്റബോധത്തോടെ സമയം നോക്കിയപ്പോൾ രാവിലെ എട്ടര.

സുഹൃത്ത് തുടർന്നു,

“മാഷെ, അറിഞ്ഞൊ, കേരളക്കരയിൽ സർക്കാർ പുതിയ കലാശാല തുടങ്ങുന്നു. അതിനു പുതിയ മേധാവിയെയും തേടുന്നു, ഉടനെ മാഷിന്റെ ഒരു ബയൊ ഡാറ്റ കൊടുക്കണം”

ആന്ദ്രേ ഗെയ്മിനെ (ഭൗതീക ശാസ്ത്ര നൊബേൽ സമ്മാന ജേതാവ്) ക്ഷണിച്ചിട്ടുണ്ട് എന്നാണല്ലോ ശ്രുതി. പിന്നെന്തായി?’

“അദ്ദേഹം വരുന്നില്ലത്രെ”.

“ഇതു കലാശാല മേധാവിയാവാൻ പറ്റിയ അവസരമാ” സുഹൃത്ത്.

“എനിക്കറിയാവുന്നിടത്തോളം മാഷിന്റെ പ്രൊഫൈൽ –നെ കിടപിടിക്കുന്ന ഒന്ന് വേറെ കാണില്ല”.

നല്ല കർണസുഖം തരുന്ന ആത്മാർത്ഥ വചനങ്ങൾ. ഭൂമിക്ക് ഗ്രാവിറ്റി അല്പം കുറഞ്ഞപോലെ ശശാങ്കന് തോന്നി. ഒപ്പം ആത്മാഭിമാനവും. തനിക്ക് വി.സി ആവാനുള്ള യോഗ്യതയുണ്ടെന്നു കരുതുന്നവരും ഉണ്ടല്ലോ.

ചെറീയ പനി വകവക്കാതെ ശശാങ്കൻ അന്നു വൈകുന്നേരം തന്നെ ആസ്ഥാനത്തേക്കു തിരിച്ചു. പിറ്റേന്നു നെരം വെളുക്കുവാൻ അക്ഷമനായി നിന്നയാൾ നേരെ ഭരണ കേന്ദ്രത്തിലേക്ക് ഗമിച്ചു, സുഹൃത്ത് നിദേശിച്ച പ്രമുഖനെക്കണ്ടു വേണ്ടപ്പെട്ട കടലാസുകൾ സമർപ്പിച്ചു.

“എന്നാ......ബയൊ ഡാറ്റയാ സാറിന്റെതു” അദ്ദേഹത്തിൻറെ ആത്മാർത്ഥമായ പരാമർശം കേട്ടു ശശാങ്കൻ ഹർഷപുളകിതനായി, എന്നിട്ടു സൗമ്യമായി ഇങ്ങനെ മൊഴിഞ്ഞു.

“പല കാര്യങ്ങളും ധാർമികതയുടെ പേരിൽ ഉൾപ്പെടുത്തിയിട്ടില്ല. കലാശാല മേധാവി യാകാൻ ഇതൊക്കെ മതിയോ?”

“ഓ .... ഹോ ധാരാളം .... ഇത്ര മികവു വേറെയാർക്കും കാണാൻ വഴിയില്ല”,

സുഹൃത്തിനെയും ഇദ്ദേഹത്തിന്റെയും നിഗമനം ഒന്ന് തന്നെ

“ആനക്കു ആനയുടെ വലിപ്പം അറിയില്ലല്ലോ. ഇനിയിപ്പോൾ കാര്യങ്ങൾ സുഗമമായി”.

വിടപറയാൻ നേരം ആ സന്മനസ്സുടമയുടെ മുഖദാവിൽ നിന്ന് വീണ്ടും “ഏതായാലും ഒരു നല്ലകാര്യത്തിനല്ലെ, നിങ്ങടെ മത മേധാവിയെ ഒന്നു കണ്ടു ആശീർവാദം വാങ്ങിയേരെ”

മത മേധാവിയെയോ?

പൊന്നുരുക്കുന്നേടത്തു പൂച്ചക്കെന്തു കാര്യം? ശശാങ്കൻ ചിന്തിച്ചു.

“ഞങ്ങൾ ഇതുപോലുള്ള എല്ലാകാര്യങ്ങൾക്കും എല്ലാ മതനേതാക്കന്മാരുടെയും അഭിപ്രായം മാനിക്കാറുണ്ട്. ഒന്നു ചുമ്മ കണ്ടിരുന്നൊ!”.

“മിഡ്–വൈഫിന്റെ കുറ്റംകൊണ്ട് ആൺകുട്ടി പിറന്നില്ലെന്നു വേണ്ട.”

അതു ശരിയാണെന്നു ശശാങ്കനും തോന്നി.

മുൻകൂട്ടി അനുവാദം വാങ്ങി വച്ചുപിടിച്ചു....... മതനേതാവിന്റെ അടുത്തേക്ക്. ശുഭ്രവസ്ത്രധാരിയായ, അദ്ദേഹത്തിൻറെ സൂര്യതേജസ്സുള്ള ആ മുഖം കണ്ടപ്പോൾ ആ ദർശനം ഇത്രനാൾ വൈകിയതിൽ യഥാർത്ഥത്തിൽ അയാൾക്കു കുണ്ഠിതം തോന്നി.

“എല്ലാത്തിനും ഒരു സമയമുണ്ടു ദാസാ” എന്ന വിജയന്റെ ജല്പനങ്ങളാണപ്പോൾ ശശാങ്കനെ ആശ്വസിപ്പിച്ചതു.

നേതാവിന്റെ മുറിയിലേക്കു ഉയരം കുറഞ്ഞ വാതിലിലൂടെ തലകുനിച്ചു കയറിയപ്പൊൾ ശശാങ്കന്റെ മനസ്സിലൂടെ കുനുഷ്ട്ടു ചിന്തകൾ കടന്നുപോയോ? മാർഗരറ്റ് താച്ചറേയും, റൊണാൾഡ് റീഗനേയും മറ്റും മനപ്പൂർവ്വം തന്റെ മുമ്പിൽ തലകുനിപ്പിക്കാൻ കുഞ്ഞുവാതിലുള്ള മുറി ഓഫീസാക്കിയ ആഫ്രിക്കൻ ഭരണാധികാരിയെയാണു അയാൾക്ക് ഓർമ്മ വന്നത്. ശ്ശേ! ഈ മനസ്സിന്റെ ഓരോ കാര്യമെ! അവസരോചിതമല്ലാത്ത ചിന്തകൾക്കു സ്ഥാനം നല്കുന്നിടമാണത്.

സ്വ:മനസ്സിനെ ശപിച്ചുകൊണ്ട് അകത്തു കയറിയപ്പോൾ, ദൂരെ നിന്നു കണ്ട ആ സൂര്യ തേജസ്സെല്ലാം മാഞ്ഞ പോലെ, മുഖത്തു ഗൗരവം, രൗദ്രഭാവം. ആംഗലേയഭാഷ ഒരു കാരണവശാലും സംഭാഷണത്തിൽ കടന്നു കൂടരുതെന്നു പുറപ്പെടുന്നതിനു മുൻപ് സൂചന കിട്ടിയിരുന്നതിനാൽ, സിംഹവാലൻ മേനോന്റെ മുമ്പിലെന്നോണം ശുദ്ധ ശ്രേഷ്ഠ ഭാഷയിൽ കാര്യങ്ങൾ അവതരിപ്പിച്ചു. കലാശാലമേധാവിയാവാൻ കച്ച കെട്ടിയിറങ്ങിയതാണെന്ന് ബോധിപ്പിച്ചപ്പോൾ തിരുവായിൽ നിന്നും മൊഴിഞ്ഞു.

“ഞങ്ങളായിട്ടു ഒരു പേരും നിർദേശിക്കുകയില്ല. ഈവക കാര്യങ്ങളിൽ ഭരണകൂടത്തിന്റെ തീരുമാനം ഞങ്ങളുടെയും കൂടി സമ്മതത്തോടെ നടപ്പാക്കുകയാണ് പതിവെന്നറിയാമല്ലോ? അവർ ഇങ്ങോട്ടു ചോദിക്കും, അപ്പോൾ ഞങ്ങൾക്കു നിങ്ങളുടെ കാര്യത്തിൽ വിരോധമില്ലെന്നു പറഞ്ഞോളാം”.

എന്തൊരു നല്ല മനസ്സ്, മഹാമനസ്കത! ശുദ്ധ പാലിന്റെ നൈർമല്യം. മഞ്ഞിൽ വിരിഞ്ഞ ധവള പുഷ്പം പോലെ. ഇതു തന്നെയല്ലേ താൻ പ്രതീക്ഷിച്ചതും.

ശ്ശെ! ഇദ്ദേഹത്തെയാണു താൻതെറ്റിദ്ധരിച്ചത്. സ്വന്തം മനസ്സിനെ അയാൾ പ്രാകി.

ആരോ പറഞ്ഞതോർക്കുന്നു. ഇത്തരം മഹത് വ്യക്തികൾ ആയിരം വർഷത്തിലൊരിക്കലേ ജന്മമെടുക്കൂള്ളുവത്രെ!

മതത്തിന്റെ ഭാഗ്യം.

ആ കാലുകളിൽ വീണു നമസ്കരിക്കണമെന്നു തോന്നി. പക്ഷേ ഇരിക്കാൻ പറയാതിരുന്നതു കൊണ്ടു അതിനു സാധിച്ചില്ല.

എന്നാലും കലശാല മേധാവിസ്ഥാനത്തിനു വന്ന തന്നൊടു ഒന്നു ഇരിക്കാൻ പോലും അദ്ദേഹം പറഞ്ഞില്ലല്ലോ. അയാളുടെ മനസ്സിൽ അറിയാതെ ഒരപശ്രുതി ഉണ്ടായോ??

പുറത്തിറങ്ങിയപ്പോൾ അയാൾക്കു ഏന്തെന്നില്ലാത്ത സന്തോഷം തോന്നി. പ്രകൃതിക്കു പ്രത്യേക പരിമളം ഉള്ളപോലെ.

എങ്ങും വസന്തം വന്ന പോലെ.

ചങ്ങമ്പുഴയുടെ കാമുകമനസ്സിലെന്നപോലെ അയാളുടെ മനസ്സിലും ആശയുടെ പൂക്കൾ വിരിഞ്ഞു

തിരികെ ശകടത്തിലിരുന്നു വരുമ്പോൾ അയാൾ ഓരോന്നും അലോചിക്കാൻ തുടങ്ങി. താൻ എവിടെ നിന്നു തുടങ്കിയതാണു? പിന്നോട്ടു നോക്കിയാൽ എല്ലാം കഷ്ടപ്പാടുകളുടെ കഥയേയുള്ളു. ആക്ഷരാഭ്യാസമില്ലാത്ത മാതാപിതാക്കൾക്കു ജനിച്ച, പഠിക്കാൻ ഫീസിനുവെണ്ടി വയലിൽ പണിചെയ്ത, വിദ്യഭ്യാസകാലം മണ്ണെണ്ണ വിളക്കിനു മുമ്പിൽ എരിച്ചുതീർത്ത താൻ ഇതാ അത്യുന്നത പണ്ഡിതോചിത പദവി അലങ്കരിക്കാൻ പോകുന്നു.

ചിന്തിച്ചപ്പോൾ മൊത്തത്തിൽ ഒരു സന്തോഷവും സംതൃപ്തിയും തോന്നി. അല്ലെങ്കിലും കടമ്പകൾ കടന്നവനു തിരിഞ്ഞു നോക്കാൻ എറേ കൗതുകമുണ്ടാവുക സ്വാഭാവികം.

സത്യപ്രതിജ്ഞക്കുശേഷം ഇതെല്ലാം പത്രക്കാരോടു പറയണം. ഏന്നാലും സത്യപ്രതിജ്ഞക്കു അച്ചനും അമ്മയും ഇല്ലല്ലോയെന്ന യാഥാർത്ഥ്യം അയാളിൽ മ്ളാനതയുണ്ടാക്കി. ആവർ സ്വർഗത്തിലിരുന്നു വീക്ഷിച്ചോളും. സത്യപ്രതിജ്നക്കു നല്ലൊരു ദിവസം നോക്കണം. അയാളുടെ ചിന്തകൾ കാടുകയറി.

ഇനി സുഹ്രുത്തുക്കളെ ഓരോരുത്തരെ സ്ഥാനമേല്ക്കാൻ പോകുന്ന കാര്യം അറിയിക്കണം. സുഹ്രുത്തുക്കളുടെ നിറുത്താതെയുള്ള ഫോൺ വിളികൾ.

സുനാമി പോലെ കയറിയ ഫോൺ ബില്ലുകൾ.

ഉന്നതസ്ഥാനം കൈപ്പിടിക്കരികിൽ ....

അല്പം അഹന്ത കൂടിയൊ? ശശാങ്കനു സംശയ്മായി. അഹന്ത മൂത്ത പൊന്മാനിന്റെ കഥ മുത്തച്ഛൻ ചെറുപ്പത്തിൽ പറഞ്ഞുതന്നതു അയാളുടെ സ്മൃതിപഥത്തിലോടിയെത്തി.

ഇനി അവസാനത്തെ പടി കൂടെ കടന്നാൽ മതി. മന്ത്രിമുഖ്യനെ കണ്ടു കാര്യങ്ങൾക്കു ഒരു അടിവരയിടണം, അത്ര തന്നെ.

“മാഷെ, അതിനു മുന്നെ മറ്റു മന്ത്രിപ്രവരരേയും ഒന്നു കണ്ടേരെ”, സുഹൃത്തിന്റെ വക ഉപദേശം ശശാങ്കൻ ശിരസാ വഹിച്ചു.

ആഹാ! എന്തൊരു റെസ്പോൺസ്, എന്ന പരസ്യവാചകം പോലെ, പല മന്ത്രിപ്രവരരും, മുഖ്യ ഭരണ നിർവഹരും ശശാങ്കനെ രണ്ടു കയ്യും നീട്ടി സ്വീകരിച്ചു.

“ഇപ്പോ ശരിയാക്കിത്തരാം” എന്ന അവരുടെ വാഗ്ദാനം അയാളുടേ മോഹങ്ങൾക്കു ചിറകു മുളപ്പിച്ചു.

അയാളെ ഏറ്റവും സന്തോഷിപ്പിച്ചതു എല്ലാരും ഏകകണ്ഠേന പറഞ്ഞ ഒരു കാര്യമാണു.

“എന്താ... ഒരു ബയോഡാറ്റ”! “ഇതുപോലൊന്ന് ഞങ്ങൾ അടുത്ത കാലത്തൊന്നും കണ്ടിട്ടില്ല”.

വളരെയധികം കഷ്ടപ്പെട്ടു പഠിച്ച, എല്ലാ സർവകലാശാല പരീക്ഷകളും റാങ്കോടെ ജയിച്ച, വിദേശ സർവകലാശാലയിൽ നിന്ന് ഉന്നത ബിരുദം നേടിയ, ഉദ്യാഗത്തിനായുള്ള എല്ലാ എഴുത്തു/അഭിമുഖ പരീക്ഷകളിലും വിജയിച്ചിട്ടുള്ള തനിക്ക് ഈ അംഗീകാരങ്ങൾ ശരിക്കും അര്ഹതപ്പെട്ടതല്ലേ? രസതന്ത്ര ഗവേഷണ രംഗത്തു തന്റേതായ മുദ്ര പതിപ്പിക്കാൻ കഴിഞ്ഞില്ലേ? നൂറുകണക്കിന് പ്രബന്ധങ്ങളും. ഒരു ഡസനോളം ശാസ്ത്ര പുസ്തകങ്ങളും, ധാരാളം ലേഖനങ്ങളും, രണ്ടു ഡസൻ പേറ്റന്റുകളുടെ ഉടമസ്ഥതയും, ഗവേഷണ മികവിനുള്ള ധാരാളം അവാർഡുകളും, മൂന്നു വിദേശ ഭാഷകളുൾപ്പെടെ അഞ്ചു ഭാഷകളിൽ പ്രാവീണ്യമുള്ള, അനേകം ഗവേഷണ വിദ്യാർത്ഥികളുടെ ഉപദേഷ്ടാവുമൊക്കെ ആയിട്ടുള്ള തനിക്കല്ലേ ഈ സ്ഥാനം ഏറ്റവും കൂടുതൽ അർഹതപ്പെട്ടത്?

ശരിയാണ് ഈ ആന സ്വന്തം വലിപ്പം അറിയാതെ പോയി.

ഈശ്വര! അഹംഭാവം തോന്നിക്കല്ലെ! അയാളുടെ നിഷ്കളങ്ക മനസ്സ് പ്രാർത്ഥിച്ചു.

ഇനി മന്ത്രി മുഖ്യനെ കാണുക എന്ന കടമ്പ മാത്രം. ഒരു സുഹൃത്തിന്റെ സഹായത്തോടെ അദ്ദേഹത്തെ ദർശിക്കുന്നു. ആ പ്രൗഢ വ്യക്തിത്വത്തിന് മുമ്പിൽ താൻ ഒന്നുമല്ല എന്ന തോന്നൽ. ഓ! ഈ അപകർഷതാ ബോധം ജന്മസിദ്ധമാണ്.

തന്റെ ബയോഡാറ്റ മന്ത്രി പ്രവരരും, ഉദ്യോഗസ്ഥന്മാരും അദ്ദേഹത്തെ നേരത്തെ ഏൽപ്പിച്ചുകാണും. അതുകൊണ്ടു കൂടുതൽ വിശദീകരിച്ച പറയേണ്ട എന്ന പൊതു അഭിപ്രായം മാനിച്ചു. സർവകലാശാലയുടെ മേധായികയാവാൻ ഇറങ്ങിയതാണെന്നു

ധരിപ്പിച്ചു. അത്യുഗ്ര ബയോഡാറ്റയുടെ ഒരു പ്രതി അദ്ദേഹത്തെ ഏല്പിച്ചു. ഒന്ന് മറിച്ചു നോക്കിയ ശേഷം, അദ്ദേഹം മേൽപ്പോട്ടു നോക്കി പതുക്കെ പറഞ്ഞു.

എന്താ ഇത്ര വൈകിയത്?

ങേ! അതിന്റെ അർത്ഥം വേറെയാരെയെങ്കിലും കണ്ടുവെച്ചിട്ടുണ്ടാവുമെന്നാണോ?

അത് കേട്ടു ശശാങ്കൻ ഞെട്ടി. ഏന്തായിരിക്കും ഉദ്യേശിച്ചത്? മതനേതാവിന്റെ പിന്തുണയാവുമോ? അദ്ദേഹത്തെ കണ്ടിരുന്ന കാര്യം തിരുമുമ്പിൽ ദൂതർ വഴി അറിയിച്ചതാണല്ലോ.

"ഒരുകാര്യം ചെയ്യ്. മതനേതാവിന്റെ സമ്മതം വാങ്ങിയിട്ട് വാ".

മുഖ്യൻ വേറൊന്നും പറഞ്ഞില്ല".

പക്ഷെ, തിരഞ്ഞെടുത്ത വിവരം മത ശ്രേഷ്ഠനെ അറിയിച്ചാൽ അദ്ദേഹം സമ്മതം മൂളുമെന്നല്ലേ പറഞ്ഞത്?

അതോർക്കാതെ അദ്ദേഹം പറഞ്ഞതായിരിക്കുമെന്നു സമധാനിച്ചു.

ശശാങ്കൻ സ്വയം പറഞ്ഞു. ജനാധിപത്യം നിലനിൽക്കുന്നേടത്തു മുഖ്യനെന്തിനു അയാളുടെ മൂളൽ കേക്കണം. മറിച്ചു, ആ ശ്രേഷ്ഠ ജന്മമല്ലേ ഇങ്ങോട്ടു ശുപാര്ശ ചെയ്യേണ്ടത്. കാര്യങ്ങൾ തനിക്കനുകൂലമെന്നാണല്ലോ കേട്ടത്. സർക്കാരിന്റെ മുഖ്യ കാര്യദർശി തന്നെ അഭിനന്ദിച്ചപ്പോൾ, കോത്താഴത്തു വച്ച് നടത്തിയ പത്ര സമ്മേളനത്തിൽ മന്ത്രി പ്രവരിലൊരാൾ തന്റെ ബിയോഡാറ്റയെ പുകഴ്ത്തി സംസാരിക്കാൻ ഇടവന്നപ്പോൾ, പത്ര പ്രതിനിധികൾ തന്നെ വിളിച്ചു ഇക്കാര്യം പറഞ്ഞപ്പോൾ, ഒക്കെ താൻ ഉറപ്പിച്ചതാണ് ഈ കസേര.

ആ കൂടിക്കാഴ്ചയിൽ എവിടേയോ കല്ലുകടിച്ചെന്നു ശശാങ്കനു തോന്നി.

ശ്ശെ! അങ്ങനെ വരാൻ വഴിയില്ല. രാജ്യത്ത് നീതിയും ന്യായവും മാത്രം കാംക്ഷിക്കുന്ന ആ വലിയ മനസ്സിൽ വേറിട്ടൊരു ചിന്തക്കു സ്ഥാനമുണ്ടാവുമൊ? അയാൾ സ്വയം സമാധാനിപ്പിച്ചു.

മത ശ്രേഷ്ഠനെ ഒന്നുകൂടെ കണ്ടുകളയാം എന്നയാള് നിനച്ചു. അയൽവാസിയായ, സമരിയക്കാരനായ, രാഷ്ട്രീയ പ്രമുഖനായ ദേഹത്തോടൊപ്പം വീണ്ടും മത സിരാകേന്ദ്രത്തിലേക്കു.

ഇക്കുറി ആ മുഖത്തു രൗദ്രഭാവം പ്രകടമായിരുന്നു. പതിവുപോലെ ഇക്കുറിയും ഞങ്ങളോട് ഇരിക്കാൻ പറഞ്ഞില്ല. അദ്ദേഹം ഗർജ്ജിച്ചു. "നിങ്ങളോട് കഴിഞ്ഞ പ്രാവശ്യം

പറഞ്ഞതല്ലേ, മുഖ്യനോ മറ്റോ നിങ്ങളെ നിർദ്ദേശിക്കുകയാണെങ്കിൽ ഞങ്ങൾക്ക് വിരോധമില്ലെന്ന് പറഞ്ഞോളാമെന്നു".

മുഖ്യൻ ഇദ്ദേഹത്തിൻറെ അഭിപ്രായം ചോദിക്കാൻ ഇദ്ദേഹമാര്? പശ്ചിമേഷ്യൻ രാജ്യത്തെ മത നേതാവോ? ശശാങ്കൻ പിറുപിറുത്തു, പക്ഷെ പുറത്തു കാണിച്ചില്ല. ശുഭാപ്തി വിശ്വാസം കൈവിടാതെ, മുഖ്യൻ പിന്നീട് സമ്മതം ചോദിച്ചു കാണുമെന്നും ഇദ്ദേഹം മൂളിക്കാനുമെന്നും ധരിച്ചു ശശാങ്കൻ സ്വ: ഗൃഹത്തിലേക്ക് മടങ്ങി.

കന്നിമാസത്തിലെ ചാറ്റൽ മഴയത്ത് കുളിർമയുള്ള കാറ്റിൽ കുലച്ചു നില്കുന്ന വാഴക്കുലകൾ. ചുറ്റുപാടും പൂത്ത മരങ്ങൾ. ഈണത്തിലുള്ള കുയിൽ ഗാനം, അണ്ണാറക്കണ്ണന്റെ കർണസുഖമുള്ള ചിലമ്പൽ. പക്ഷെ, ഇതൊന്നും ആസ്വദിക്കാനുള്ള മാനസികാവസ്ഥയിലല്ലായിരുന്നു ശശാങ്കൻ.

ഋതുക്കൾ മാറിമറഞ്ഞത് അയാൾ വാസ്തവത്തിൽ ശ്രദ്ധിച്ചിരുന്നില്ല.

മന്ത്രിമുഖ്യൻ മറിച്ചൊന്നും തീരുമാനിക്കുകയില്ലയെന്നയാൾ സമാധാനിച്ചു. അല്ലെങ്കിലും അയാളിലെ ശുഭാപ്തിവിശ്വാസം അങ്ങനെ നിരീക്കാൻ ആണ് അയാളെ പ്രേരിപ്പിച്ചത്.

കലാശാല മേധാവിയുടെ. തെരെഞ്ഞെടുപ്പു ദിനം വന്നെത്തി.

അയാളുടെ കാത്തിരിപ്പിനു ദാ അറുതി വരാൻ പോകുന്നു.

ശശാങ്കനു എന്തെന്നില്ലാത്ത പിരിമുറുക്കം. മേധാവി സ്ഥാനം ലഭിച്ചാൽ ഇപ്പോളുള്ള ഉദ്യോഗം ഉടനെ വിടേണ്ടി വരും. ഒരു നൂറ്റാണ്ടിന്റെ മൂന്നിലൊന്നു ചിലവഴിച്ച ആ സ്ഥാപനം വിടുന്ന കാര്യം ആലോചിചപ്പോൾ അയാളുടെ ഹൃദയത്തിൽ അറിയാതെ ഒരു കൊള്ളിയാൻ മിന്നി ....

രാത്രി ഏറെ ചെന്നിട്ടും കലാശാല മേധാവിയുടെ തിരഞ്ഞെടുപ്പിന്റെ യാതൊരു വാർത്തയുമില്ല, തന്റെ പേരു ആകാശവാണിയിൽ വിളിച്ചോതുന്നതും, ടെലിവിഷനിലും മറ്റും അവതരിക്കുന്നതും നോക്കി സോഫയിലിരുന്നുറങ്ങിയ അയാൾ കലാശാല മേധാവി ആകുന്നതും, ഔദ്യോഗിക വാഹനത്തിൽ പോകുന്നതും സ്വപ്നം കണ്ടു.

പിറ്റേന്നു പത്രം കണ്ടപ്പോൾ അയാൾ അക്ഷരാർതഥത്തിൽ ഞെട്ടി. ആ മൂന്നു പേരുകളിൽ തന്റെ പേരില്ല, ഈശ്വരാ! ഇതു സ്വപ്നം മാത്രമാവണെ. അയാൾ മനസ്സിൽ കേണു. തിരഞ്ഞെടുക്കപ്പെട്ടയാൾ ഇതര മതത്തിൽപെട്ടയാൾ. ശ്ശേ, ജാതി–മത പരിഗണനക്കതീതമായി ഇതുവരെ ചിന്തിച്ചിരുന്ന, പ്രവർത്തിച്ചിരുന്ന താനിപ്പോൾ എന്താ ഇങ്ങനെ ചിന്തിക്കാൻ? അയാൾ സ്വന്തം മനസ്സിനെ ശാസിച്ചു.

എന്നാലും കയ്യെത്തും ദൂരത്തെത്തിയ അമ്പിളി മാമനെ കൈവിട്ട പോലെത്തെ നഷ്ട്ട ബോധം അയാളെ പിടിച്ചുലച്ചു. ഭൂമിക്കു സ്വന്തം അച്ചുതണ്ടിൽ വേഗത കൂടിയപോലെയും, ആകാശം മഞ്ഞ നിറമാവുന്നതായും അയാൾക്കു തോന്നി. നിമിഷ നേരത്തിനുശേഷം പരിസരബോധമുണ്ടായപ്പോൾ, എന്തോ പുലമ്പിക്കൊണ്ടു നിന്ന അയാൾക്കു സഹധർമ്മിണിയുടെ വക ഉപദേശം.

“ഇനിയെങ്കിലും ഇതെല്ലാം മതിയാക്കി, സ്വന്തം മക്കളുടെ കാര്യം നോക്കിക്കൂടെ”

അനുസരണാശീലം നല്ല ദാമ്പത്യജീവിതത്തിനുതകുമെന്നു ഏതോ സിനിമയിലെ സംഭാഷണത്തിൽ നിന്നു കേട്ടു പഠിച്ച അയാൾ ഒന്നും മിണ്ടാതിരുന്നു.

ദാ ഫോൺ ....

“മാഷേ, എന്നാ പറ്റിയതെന്നറിയോ? കമ്മറ്റി തലേന്നു കൂടി ഒരു തീരുമാനം എടുത്തിരുന്നുവത്രെ.

“മാഷ്, പ്ലസ്ടു (+2) പാസ്സായിട്ടുണ്ടോ? ഇല്ലല്ലോ!” (ഇല്ല, അയാൾ പ്രീഡിഗ്രീക്കാലത്തു പഠിച്ചതാണു)

“മാഷിനു സൈക്കിൾ സവാരി അറിയുമോ? ഇല്ലല്ലോ”! (ഇല്ല, സ്കൂട്ടർ, കാർ ഇവയെ അറിയൂ).

പിന്നെങ്ങനാ?.......

സ്വന്തം കുറവുകൾ തിരിച്ചറിഞ്ഞ അയാൾ തലകുമ്പിട്ടു മുറിയിലേക്കു കടന്നു. ചുവരിൽ തൂക്കിയിരുന്ന കലണ്ടറിലെ വരികൾക്കു അർത്ഥവ്യാപ്തി കൂടിയ പോലേ.

പാർത്ഥസാരഥി തന്നെ നോക്കി കണ്ണീറുക്കിയോ!

സംഭവിച്ചതെല്ലാം നല്ലതിനു......... ഇനി...................................

കഥ

4

ദാണ്ടെ! പിന്നേം വരുന്നൂ, ഒന്നാമനാക്കാൻ

(വർഷങ്ങൾക്കു മുമ്പുണ്ടായ ഒരു യാത്ര അനുഭവ കഥ)

ഓ! എന്തൊരു സൗകര്യം, സൗകുമാര്യം, എല്ലാം ആധുനിക സാങ്കേതിക വിദ്യയുടെ വിജയം. ഗൃഹത്തിൽ നിന്ന് ഉദ്യോഗസ്ഥലത്തു വരെ ഓൺ–ലൈൻ ടാക്സിയിൽ ദിനവും പോകുമ്പോൾ ഈ ഒരു സ്വകാര്യ അഹംഭാവം എല്ലാവര്ക്കും എന്ന പോലെ ശശാങ്കനും തോന്നിയിരുന്നു എന്നതാണ് വാസ്തവം. ഉപഗ്രഹ സാങ്കേതികത്വത്തിന്റെ മികവിൽ പ്രശോഭിക്കുന്ന ഈ സംവിധാനത്തിൽ, മുൻ ബഹിരാകാശ ശാസ്ത്രജ്ഞൻ എന്ന നിലയിൽ പരോക്ഷമായെങ്കിലും ഭാഗഭാക്കാകുവാൻ കഴിഞ്ഞതിൽ അയാളും അതീവ സന്തുഷ്ടനായിരുന്നു. പ്രഭാത ഭക്ഷണം കഴിയാറാകുമ്പോൾ മൊബയിൽ ഫോണെടുക്കുന്നു; കുത്തുന്നു, ദാ! ഏതാനും നിമിഷത്തിനുള്ളിൽ ഓൺലെയിൻ ടാക്സി വീട്ടുപടിക്കൽ. നല്ല വൃത്തിയുള്ള, ഇടത്തരം മുന്തിയ കാർ, അകൃത്രിമമായ സുസ്മേരവദനനായ സാരഥി. എല്ലാം മുജ്ജന്മ സുകൃതം. ഒരു പത്തോ ഇരുപതോ വര്ഷം മുന്നേ ജനിച്ചിരുന്നുവെങ്കിൽ ഇതൊക്കെ ആസ്വദിക്കാതെ ഇഹലോക വാസം വെടിയേണ്ടിവരുമായിരുന്നില്ലേ?. എല്ലാം കൊണ്ടും സുകൃതം ചെയ്ത ജന്മം, ഒരു ആത്മഗതം പോലെ ശശാങ്കൻ പറഞ്ഞു. അങ്ങനെ ക്യൂബർ കാറിലിരുന്ന് ഞെളിഞ്ഞു, ഗമയോടെ സർവകലാശാലയുടെ മുന്നിൽ ഇറങ്ങി നടക്കുമ്പോൾ, വീടിന്റെ കാർ ഷെഡിൽ, അവഗണ ഏറ്റുവാങ്ങി സ്വകാര്യ ദുഃഖം പേറി നടന്ന സ്വന്തം കാറിനെ കണ്ടില്ലെന്നു അയാൾ നടിച്ചു.

ഓട്ടോറിക്ഷയുടെ ചിലവിൽ എ സി കാറിൽ യാത്ര, മര്യാദയുടെ കാര്യത്തിൽ കോഴിക്കോട്ടെ സാരഥികളെ വെല്ലുന്ന പ്രകടനം, ചില്ലറക്കു വേണ്ടി വെപ്രാളം പിടിക്കേണ്ട, ബിൽ ഓൺ ലയിനിൽ അടക്കാം. അങ്ങനെ ആ "സൗഹൃദം" മുന്നോട്ടു പോകവേ ഒരുനാൾ കഥയിൽ ഒരു ട്വിസ്റ്റ് വരുന്നു.

ഗൃഹത്തിൽ നിന്ന് കലാശാല ക്യാംപസ് വരെ ദിനം 118 രൂപയുടെ ചിലവേ ഉണ്ടായിരുന്നുള്ളൂ. അന്നാണെങ്കിൽ രാവിലെ എഴുന്നേക്കാൻ വൈകിയതിന്റെ വെപ്രാളത്തിൽ അത്യാവശ്യത്തിനുള്ള പണം എടുക്കാൻ മറന്നു. (അന്ന് phone pay തുടങ്ങിയവ ഇല്ലാത്തകാലം) മാസം തോറും ശതാംശ കോടിക്കുമുകളിൽ പെൻഷൻ പറ്റുന്ന മുൻ കേന്ദ്രസർക്കാർ ഉദ്യോഗസ്ഥൻ, മാത്രമോ? യൂണിവേഴ്സിറ്റിയുടെ വക ദശാംശ ലക്ഷങ്ങളുടെ പാരിതോഷികം കൂടെ പറ്റുന്നൊരാൾ, അങ്ങനെയൊരാൾ ആരോടെങ്കിലും കടം വാങ്ങുന്നതത്ര അഭിമാനഹിതമായി ശശാങ്കന് തോന്നിയില്ല. അത്യാവശ്യത്തിനുള്ള രൂപ "നിയമപ്രകാരമുള്ള" അനന്തിരവളുടെ കൈയ്യിൽ നിന്ന് വാങ്ങി ശകടത്തിൽ യാത്ര തുടർന്നു. യൂണിവേഴ്സിറ്റിയിലിറങ്ങവേ ഡ്രൈവർ ബിൽ തുക സൂചിപ്പിച്ചു; 500 രൂപ. ഞെട്ടിയോ? ഇല്ല, "കമ്പ്യൂട്ടറിന് തെറ്റിയതായിരിക്കും", "വിളിച്ചു പറഞ്ഞാൽ ക്യൂബർ ബാക്കി തുക തിരിച്ചു തരും". ഡ്രൈവർ വക സമാശ്വാസം. അയാൾ തന്ന നമ്പറിലേക്ക് ശശാങ്കൻ വി ളിക്കുന്നു.

അങ്ങേ തലക്കൽ കിളിമൊഴി. മലയാളത്തിൽ അറിയുവാൻ മൂന്നമർത്തുക. അമർത്തി. കിളിനാദം തുടർന്നു. വിനയത്തോടെയുള്ള ഭാഷ്യം. സുഹ്രത്തായ ബാലൻ പറഞ്ഞത് അയാൾക്ക് ഓർമ വന്നു. കെട്ടുന്നെങ്കിൽ കസ്റ്റമർ കെയറിലെ പെങ്കൊച്ചിനെ കെട്ടണം. എന്തൊരു വിനയം, ഭവ്യത!, നല്ല ഞെരിപ്പായിട്ടുള്ള ആംഗലേയം, ഇനിയുമൊരങ്കത്തിന് ബാല്യമില്ലാത്തതിനാൽ പുത്രനെങ്കിലും ആ ഭാഗ്യം സിദ്ധിപ്പിക്കേണമെന്നുണ്ടായിരുന്നു ശശാങ്കന്. പക്ഷെ, ആ വെള്ളവും വാങ്ങി വെക്കേണ്ടു വന്നു. പാർത്ഥസാരഥി പറഞ്ഞപോലെ– എല്ലാം നല്ലതിന്.

യ്യോ! വിഷയം മാറിപ്പോയി. പെൺകുട്ടി തുടർന്നും പറഞ്ഞുകൊണ്ടേയിരുന്നു. യാത്ര സംബന്ധമായ പരാതികൾക്ക് ഒന്പതമർത്തൂ. ഒമ്പതമരത്തി... വീണ്ടും കളമൊഴി. ഡ്രൈവർ മോശമായി പെരുമാറിയെകിൽ 11 അമർത്തൂ............ നിങ്ങളുടെ ബിൽ തുക അധികമാണെന്നു തോന്നുന്നെങ്കിൽ 12 അമർത്തുക. അങ്ങനെ പറഞ്ഞു പറഞ്ഞു തന്റെ പൂർണ വിവരങ്ങളും ആ മെഷീൻ ചോർത്തിയില്ലേ. ശശാങ്കന് വല്ലാത്ത അബദ്ധം പറ്റിയതായി തോന്നി. നഷ്ട ബോധം കൊണ്ട് അറിയാതെ അയാളുടെ ശിരസ്സ് താന്നു. ആ അജ്ഞാത പെൺകുട്ടി മൂലം ക്ഷമയുടെ നെല്ലിപലക കണ്ടു, ശശാങ്കൻ ദേഷ്യം, സങ്കടം, നാണക്കേട് ... സമ്മിശ്ര വികാരത്താൽ മൊബയിൽ ഫോൺ വലിച്ചെറിയണമെന്നു വരെ തോന്നി അയാൾക്ക്. അങ്ങനെ കുറെ നേരം കഴിഞ്ഞപ്പോൾ പെങ്കൊച്ചിന്റെ കിളിമൊഴി വീണ്ടും...

"ഇത്തരം കാര്യങ്ങൾക്കായി നിങ്ങൾ ക്യൂബറിലേക്കു ഈമെയിലിൽ ബന്ധപ്പെടുക."
.... ക്യൂബർ

കൊച്ചെ ഇതങ്ങു നേരത്തെ പറഞ്ഞുകൂടായിരുന്നോ?. നിന്നെയൊക്കെ കെട്ടുന്നവന്റെ കാര്യം കട്ട പൊഹ.... ശശാങ്കന്റെ മനസ്സിടറി.

ഡ്രൈവർ ശാഠ്യം പിടിച്ചപ്പോൾ അയാൾ 500 രൂപ തൽക്കാലം നല്കാൻ തീരുമാനിച്ചു. പക്ഷെ കീശ കാലി. ഇങ്ങനത്തെ പ്രതിസന്ധി മറികടക്കാൻ കടം വാങ്ങാതെ നിവൃത്തിയില്ല. സഹ അധ്യാപികയോട് രൂപ കടം ചോദിച്ചാലോ, ശതാംശ കോടി പെൻഷൻ വാങ്ങുന്നുവെന്നു വീമ്പിളക്കിയ മുൻ ശാസ്ത്രജ്ഞൻ രൂപ കടം ചോദിച്ചപ്പോൾ ആ മുഖത്തെ ഭാവമാറ്റം ശ്രദ്ധിച്ചോ. ശ്ശേ! വെറുതെ തോന്നിയതായിരിക്കും. ശശാങ്കന്റെ മനസ്സോതി.

മുറിവേറ്റ മനസ്സുമായി നേരെ കംപ്യൂട്ടറിലേക്കു വച്ചുപിടിച്ചു. സാങ്കേതിക സംശയ നിവർത്തിക്കെത്തിയ വിദ്യാർത്ഥികളോട് കയർത്തു, ഫോണിൽ വിളിച്ചവരെ മനസ്സുകൊണ്ട് പ്രാകി. അതങ്ങനെയാണ്, കാര്യം നിസ്സാരമെങ്കിലും, നഷ്ടപെട്ട പണം തുച്ഛമെങ്കിലും, അതു മനസ്സിനേൽപിച്ച മുറവിന്റെ ആഴം തന്നെയെവിടെക്കൊണ്ടെ ത്തിക്കുമോ, ആവോ. ശശാങ്കൻ നെടുവീർപ്പിട്ടു. ഈമെയിലിൽ സകല കഥകളും വിവരിച്ചു കൊണ്ടെഴുതി;

അവസാനം ഇങ്ങനെയും:

ക്യൂബർ, നിങ്ങൾ മഹാൻ തന്ന, പക്ഷെ, എന്നെ പറ്റിച്ച പണം തിരികെ തരാൻ മനസ്സ് കാണിക്കണം.

നിമിഷങ്ങൾക്കകം മറുപടി. എന്തൊരു കാര്യക്ഷമത; ഞെട്ടിപ്പോയി. സാൻഫ്രാൻസിക്കോയിൽ നിന്ന് അക്ഷരാർത്ഥത്തിൽ പ്രകാശ വേഗത്തിലുള്ള മറുപടി കണ്ട് മനസ്സ് നിറഞ്ഞു. ഇങ്ങനെ വേണം. സായിപ്പിനെ കണ്ട് പഠിക്കണം.

പ്രിയ ശശി ....ങ്ങേ! തന്നെ ചെല്ലപേരിൽ സംബോധന ചെയ്തിരിക്കുന്നു. അങ്ങനെ ചെയ്യുന്ന മൂന്നാമത്തെ കൂട്ടരാണ് ക്യൂബർ. തന്റെ അമ്മയും ചേച്ചിമാരുമെ അങ്ങനെ സംബോധന ചെയ്തിട്ടുള്ളൂ. ദിവംഗതയായ അമ്മയെ ഓർത്തപ്പോൾ മനസ്സിടറി. ഒരുനിമിഷം അയാൾ വികാരാധീനനായി..

കത്ത് തുടർന്നു.

“നിങ്ങൾ ഞങ്ങളുടെ ഇഷ്ട ഉപഭോക്താവ്. നിങ്ങളെപ്പോലെയൊരാളെ ഉപഭോക്താവായി കിട്ടിയതിൽ ഞങ്ങൾ അഭിമാനിക്കുന്നു. നിങ്ങൾ പറഞ്ഞ കാര്യങ്ങൾ പരിശോദിച്ചു. അതുപ്രകാരം നിങ്ങൾ ഒടുക്കേണ്ട തുക രൂപ അഞ്ഞൂറ്. ഇതോടെ പ്രശ്നം തീർന്നിരിക്കിന്നു”.

ങ്ങേ പ്രശ്നം തീർന്നോ? എങ്ങനെ? അഞ്ച് കിലോമീറ്റർ യാത്രക്ക് എങ്ങനെ അഞ്ഞൂറ് രൂപയാകും, ക്യൂബർ നീ പറയൂ. അയാൾ തുടർന്നെഴുതി.

സാൻഫ്രാൻസിസ്കോയിൽ നിന്ന് മറുപടി

"നിങ്ങൾ ഞങ്ങളുടെ ഇഷ്ട ഉപഭോക്താവ്. നിങ്ങളെപ്പോലെയൊരാളെ ഉപഭോക്താവായി കിട്ടിയതിൽ ഞങ്ങൾ അഭിമാനിക്കുന്നു. നിങ്ങൾ പറഞ്ഞകാര്യങ്ങൾ പരിശോദിച്ചു. അതുപ്രകാരം നിങ്ങൾ ഒടുക്കേണ്ട തുക രൂപ അഞ്ഞൂറ്. ഇതോടെ പ്രശ്നം തീർന്നിരിക്കിന്നു".

മൂന്നാമത്തെ ഇ–മെയിലും കണ്ടപ്പോൾ ശശാങ്കൻറെ രോഷം കത്തിക്കാളി;

അയാൾ തിരിച്ചെഴുതി;

"...ന്റെ ക്യൂബർ, നിങ്ങ ആളെ മക്കാരാക്കല്ലേ. ഞമ്മന്റെ കത്തു നല്ല പോലെ വായിച്ചിട്ടു മറുപടി തരിക. എന്റെ കത്തു വായിച്ചിട്ടു മറുപടി തര്യ; "എനിക്കു സംവദിക്കേണ്ടത് കംപ്യൂട്ടറിനോടല്ല". ശശാങ്കൻ എഴുതി.

ഉടൻ മറുപടി വന്നില്ല. പിന്നെപ്പോഴോ കമ്പ്യൂട്ടർ തുറന്നപ്പോൾ ദാ കിടക്കുന്നു മറുപടി,

ഞങ്ങൾ ഒരു പുതിയ സ്കീം അന്തർ ദേശീയ തലത്തിൽ അവതരിപ്പിക്കുന്നത് ആദ്യം കൊച്ചിയിലാണ്. ആ കുറി വീണിരിക്കുന്നത് കൊച്ചിയിൽ ആദ്യം നിങ്ങൾക്കാണ്.

അതുപ്രകാരം രണ്ട് മണിക്കൂർ നേരത്തേക്ക് വാഹനം ബുക് ചെയ്തതിനാൽ അഞ്ഞൂറ് രൂപയെ ഞങ്ങൾ ഈടാക്കിയുള്ളൂ.

രണ്ട് മണിക്കൂറോ? ആര്? എപ്പോൾ ബുക്ക് ചെയ്തു?. മൊബെയിൽ ഫോണിലെ സോഫ്റ്റ് വെയറിൽ അങ്ങനത്തെ യാതൊരു സൂചനയുമില്ലല്ലോ. ശശാങ്കൻ സോഫ്റ്റ് വെയർ പരിശോധിച്ചു. അങ്ങനത്തെ യാതൊരു സൂചനയുമില്ല.

ചെയ്യാത്ത കുറ്റത്തിന് എന്നെ സാമ്പത്തികമായി പീഡിപ്പിക്കല്ലേ അമേരിക്കൻ സായിപ്പേ. ശശാങ്കൻ കേണപേക്ഷിച്ചു

"എനിക്ക് വേണ്ടാത്ത സൗഭാഗ്യം അടിച്ചേൽപിക്കല്ലേ സായിപ്പേ" അയാൾക്ക് കരച്ചിൽ വന്നു.

മൂന്നു കോടി ജനങ്ങളുള്ളയിടത്തു ആ ഭാഗ്യം തനിക്കാണ് ലഭിച്ചതു എന്ന തിരിച്ചറിവി ൽ അജ്ഞാതമായ ഒരു സന്തോഷം തോന്നിയില്ലേ?.

എന്നാലും അതിനു 500 രൂപ വില കൊടുക്കേണ്ടി വന്നില്ലേ. മനസ്സിലൊരു നൊമ്പര കാറ്റ് വീശി. എന്നാൽ മനസ്സിന്റെ അടിത്തട്ടിൽ ഉറഞ്ഞു കൂടിയ ഒരു അജ്ഞാത സന്തോഷത്തിൽ ശശാങ്കന് ക്യൂബെറിനോട് തോന്നിയ കോപ വികാരത്തിന് ശമനം വന്നപോലെ.

സാരമില്ല, ഉപഗ്രഹം വഴിയുള്ള ഒരു സംവിധാനത്തിൽ മൂന്നു കോടിയിൽ ഒന്നാമനാവാൻ കഴിഞ്ഞത് ഒരു അപൂർവ ഭാഗ്യമായി കരുതൂ.

ഈ ചിന്ത ശശാങ്കനെ ആശ്വസിപ്പിച്ചു കൊണ്ടിരുന്നു.

ഇടപെട്ട ഒരു കാര്യത്തിലും ഒന്നാം സ്ഥാനം ആർക്കും ഒരിക്കലും വിട്ടുകൊടുക്കാൻ തയ്യാറല്ലാത്ത തന്റെ മനസ്സ് സ്വകാര്യമായി കൊതിച്ചത് സാധിപ്പിച്ചുതന്ന ക്യൂബറി നോട് എങ്ങനെ വിരോധം വച്ച് പുലർത്തും?, ശശാങ്കനോർത്തു.

രസതന്ത്രത്തിലായാലും, വിദേശ ഭാഷാപഠനത്തിലായാലും, വിദേശത്തു നിന്നുള്ള ഗവേഷണ ബിരുദമായാലും എന്തിനു? ഷഷ്ടിപൂർത്തിയനന്തരം നടന്ന എമിററ്റസ് ശാസ്ത്രജ്ഞ തിരഞ്ഞെടുപ്പിൽ വരെ ഒന്നാം സ്ഥാനം വിട്ടുകൊടുക്കാത്ത തനിക്കു ഇവിടെയും അതിനു സാധിച്ചത് വെറും നിമിത്തം മാത്രമോ? ശശാങ്കൻ ചിന്തിച്ചു.

ഈശ്വരാ, ഈ ഒന്നാം സ്ഥാനം എല്ലാ കാര്യങ്ങളിലേക്കും വ്യാപിപ്പിക്കല്ലേ

അയാളുടെ മനസ്സ് പ്രാർദ്ധനയിൽ മുഴുകി.

എന്നാലും ക്യൂബർ,, നീയിത് എന്നോട് ചെയ്തല്ലോ– മനസ്സ് തിരിച്ചുപോകുന്നുവോ?.

ക്യൂബർ, നിനക്കറിയാമോ? നിന്നെ ഞാൻ പ്രണയിച്ചിരുന്നു.

നമ്മുടെ സിരകളിൽ ഒരേസമയത് എത്രയോ നോർഎപിനെഫ്രിൻ, അഡ്രെനാളിൻ, എൽ–ഡോപ *എന്നീ രാസ തന്മാത്രകൾ ഒഴുകിയിരുന്നു.

അതെല്ലാം എത്ര പെട്ടെന്ന്, എന്നെ ഒന്നാമനാക്കാനുള്ള വ്യഗ്രതയിൽ നീ മറന്നു.

ക്യൂബർ, നിന്നെ ഞാൻ ആത്മാർഥമായി പ്രണയിച്ചിരുന്നു...

എന്നാലും നീ.............

**പ്രണയത്തിനാധാരമായ ജൈവ രാസ തന്മാത്രകൾ*

കഥ
5

"ഈ അപ്പാപ്പനു ഇത്തിരി വെള്ളം താ മക്കളെ"

അന്ന് ശശാങ്കന്റെ ദിനമായിരുന്നില്ല, അല്ലെങ്കിൽ പിന്നെ ഈ അറുപത്തിയഞ്ച് വയസ്സു പ്രായത്തിൽ കുന്നിന്റെ മുകളിൽ നിന്ന് പട്ടം പറപ്പിക്കാൻ അയാൾക്ക് തോന്നുമായിരുന്നില്ലല്ലോ!

എന്ത് രസമായിരുന്നു. പട്ടം പറപ്പിച്ചപ്പോൾ. മധ്യ വയസ്കനായ താൻ പത്തു വയസ്സുള്ള പയ്യനാണെന്നു തോന്നിയി രുന്നു. പക്ഷെ കുന്നിൽ നിന്നുള്ള ആ വീഴ്ച്ചയുടെ ആഘാതം ഒരു തൊണ്ണൂറുകാരന്റേതായിരുന്നില്ലെ? പുതിയ കാഴ്ചപ്പാടിൽ 65 വയസ്സ് യവ്വനാരംഭമാണത്രെ പക്ഷെ ഇതുണ്ടോ ചെന്ന് പതിച്ച പാറയറിയുന്നു?

ബോധമണ്ഡലത്തിലെത്തിയപ്പോൾ ശരീരമാസകലം മരവിപ്പ്, വേദന. ആശുപത്രിയിലാണെന്ന തിരിച്ചറിവ് ശശാങ്കനിൽ മനോ വേദനയുണ്ടാക്കി. ശരീരത്തിൽ മിക്കവാറും എല്ലായിടത്തും പലതരം ഉപകരണങ്ങൾ ഘടിപ്പിച്ചിട്ട് അനങ്ങാൻ വയ്യാത്ത അവസ്ഥ.

ശുഭ്രവസ്ത്രധാരിണികളായ മാലാഖമാർ അതാ അങ്ങോട്ടും ഇങ്ങോട്ടും നെട്ടോട്ടമോടുന്നു. എന്തിനാണാവോ? അയാൾ തന്റെ ആരോഗ്യത്തെ പറ്റി ആദ്യമായി വ്യാകുലനായി.

"അപ്പാപ്പന്റെ മേൽ കത്തിവയ്ക്കാൻ പോകുന്നു". ഒരു കുഞ്ഞു മാലാഖയുടെ വക. തന്നെ ശസ്ത്രക്രിയക്ക് വിധേയനാക്കാൻ പോകുന്നു എന്ന അറിയിപ്പാണ്. യുവാവായ തന്നെ അപ്പാപ്പനാക്കി സംബോധന ചെയ്തത് ശശാങ്കന് ഒട്ടും രസിച്ചില്ല. ശസ്ത്രക്രിയാവശ്യം ശിരോ മുണ്ഡനം ചെയ്തതിനാലും, വീഴ്ചയുടെ ആഘാതം മൂലവും ഭാവ-ചലനങ്ങളിൽ വാർധക്യ സമാന ലക്ഷണങ്ങൾ പ്രകടമായ അവസ്ഥ. കേന്ദ്ര സർക്കാർ സ്ഥാപനത്തിൽ വലിയ ഉദ്യോഗത്തിലിരുന്നതാണെന്നും, അവർ കരുതുന്ന പോലുള്ള പ്രായമൊന്നും തനിക്ക് ഇല്ലായെന്നും അവരെ അറിയിക്കണമെന്നുണ്ട്, പക്ഷെ, മുഖത്തെ പരിക്ക് മൂലം വായ തുറക്കാൻ പറ്റാത്ത

അവസ്ഥയിൽ നിസ്സഹായനായി അയാൾ മിണ്ടാതെ കിടന്നു. ശാസ്ത്രക്രിയമാർഗേ പ്രിയ പത്നിയുടെ സങ്കടം പ്രതിഫലിച്ച മുഖം ശശാങ്കന്റെ മനസ്സിൽ പോറലേൽപ്പിച്ചിരുന്നു.

ശസ്ത്രക്രിയാനന്തരം ദൃഢനിദ്രയിലാണ്ടു കിടക്കുമ്പോൾ ദാണ്ടേ, ഒരു ഭിഷഗ്വരന്റെ വക ഉച്ചത്തിലുള്ള സ്നേഹാന്വേഷണം.

“ഹൗ ആർ യു? ശശി”

ഒരു ജന്മത്തിന്റെ പരിചയഭാവത്തോടെ ആ ഭിഷഗ്വരന്റെ ചെല്ലപ്പെരു ചേർത്തുള്ള സ്നേഹ സംബോധനയിൽ ഞെട്ടിയുണരാതിരിക്കൻ ശശാങ്കനു കഴിഞ്ഞില്ല.

ഉണർന്നു ക്ലോക്കിൽ നോക്കിയപ്പോൾ സമയം പതിനൊന്നര. നിദ്രാദേവി അതോടെ സുല്ലും പറഞ്ഞു പോയി. മുഖത്തമർന്നിരിക്കുന്ന ജീവവായുദായനി മൂലം ചുണ്ടും നാവും വറ്റി വരണ്ട അവസ്ഥ. ഒരിത്തിരി വെള്ളത്തിനായി അയാളുടെ ചുണ്ടും നാവും മോഹിച്ചു.

പകലല്ല, രാത്രി പതിനൊന്നരയാണെന്ന തിരിച്ചറിവു അയാളിൽ വീണ്ടും ഞെട്ടലുണ്ടാക്കി. ദൈവമേ, രാത്രിയുടെ ശേഷിച്ച യാമങ്ങൾ ഇനി ഏങ്ങനെ തള്ളി നീക്കും?

മുഖത്തിരിക്കുന്ന ജീവവായുദായനി സാമഗ്രി അദ്ദേഹത്തിന് തിരിച്ചുവച്ചു കൊടുക്കാൻ മാത്രം ദേഷ്യം തോന്നി, അന്യസംസ്ഥാനക്കാരനായ ആ ഭിഷഗ്വരനോട്.

ചുണ്ടും നാവും വറ്റി വരണ്ടിട്ടു സഹിക്കാൻ വയ്യ. ഒരു തുള്ളി വെള്ളം കിട്ടിയിരുന്നെങ്കിൽ!

ഈയവസരത്തിൽ ദേഷ്യമല്ല, വേണ്ടത് അല്പം വെള്ളമാണെന്ന തിരിച്ചറിയലിൽ അയാൾ ചോദിച്ചു.

“ക്യാൻ ഐ ഗെറ്റ് എ ഗ്ലാസ്സ് ഒഫ് വാട്ടർ പ്ലീസ്”? (എനിക്ക് ഒരു ഗ്ലാസ് വെള്ളം തരുമോ?)

അതങ്ങനെയാണു. ഒട്ടും മോശക്കാരനല്ലെന്നു മറ്റുള്ളവരെ ഒന്നറിയിക്കണമെങ്കിൽ, ഉദ്യോഗസ്ഥ പ്രഭാവം മറ്റുള്ളവരെ ബോധിപ്പിക്കണമെങ്കിൽ ആംഗലേയം പോലെ സൗകര്യമുള്ള വെറൊരു ഭാഷയില്ലെന്നയാൾക്കറിയാമായിരുന്നു.

ആരുടെ ഭാഗത്തു നിന്നും ഒരു പ്രതികരണവുമുണ്ടായില്ല.

ഓപ്പറേഷൻ തിയേറ്ററിലേക്കു കടക്കുമ്പോൾ കണ്ട സഹധർമ്മിണിയുടെ ദുഖ: മുഖ ഭാവമാണു അയാൾക്ക് വീണ്ടും, വീണ്ടും ഓർമ്മ വന്നത്. അവരുടെ ആ ഭാവം മനസ്സിൽ ചാഞ്ചല്യമുണ്ടാക്കിരുന്നു. പത്നിയെ ഉടനെ കാണണമെന്നു അയാൾക്ക് തോന്നി. ഒരു പക്ഷെ, പത്നി വഴി ദാഹജലം ലഭിച്ചാലോ. ഉയർന്ന ഉദ്യോഗസ്ഥനായതു കൊണ്ടും,

പ്രസ്തുത ഗവേഷണ– ആതുരാലയത്തിലെ ഭരണ സമിതിയിൽ അംഗമായതു കൊണ്ടും ഇതൊക്കെ എളുപ്പമായിരിക്കുമെന്നു കരുതി വീണ്ടും മൊഴിഞ്ഞു

ക്യാൻ ഐ സീ മൈ വൈഫ് നൗ? (എന്റെ ഭാര്യയെ ഒന്ന് കണ്ടോട്ടെ?)

"ഈ അപ്പാപ്പനു എന്നാ.... യൊക്കെ വേണം. വെള്ളം, ഭാര്യ.... മതിയോ...?"

"മിണ്ടാതിരി അപ്പാപ്പാ, ഹും, വെള്ളം". മാലാഖയുടെ വക വീണ്ടും ശകാരം.

അപ്പാപ്പനെന്ന ആവർത്തിച്ചുള്ള സംബോധന കേട്ടു അയാൾ അസ്വസ്ഥനായി. ഇത് വെള്ളം കിട്ടാത്തതിലും കഷ്ടം, അപ്പാപ്പനെന്ന സംബോധന സഹിക്കാവുന്നതിലും അപ്പുറത്താണെന്നയാൾക്ക് തോന്നി.

ഭിക്ഷ തന്നുമില്ല, പട്ടിയെ വിട്ടു കടിപ്പിക്കുകയും ചെയ്തു വെന്ന അവസ്ഥ.

അപ്പാപ്പനല്ലെന്നും, 65 വയസ്സായതേ ഉള്ളുവെന്നും, ഉയർന്ന കേന്ദ്ര സർക്കാർ ഉദ്യോഗസ്ഥനായിരുന്നെന്നും, നിലവിൽ അതെ ആശുപത്രിയുടെ ഭരണകാര്യങ്ങൾ തീരുമാനിക്കുന്ന കമ്മറ്റി അംഗമാണെന്നുമൊക്കെ എല്ലാവരെയും അറിയിക്കണമെന്നുണ്ട്, പക്ഷെ വറ്റി വരണ്ട നാവു മൂലം ഒന്നിനും സാധിക്കുന്നില്ല.

തൊണ്ട വറ്റിവരണ്ട അവസ്ഥ തുടരുന്തോറും അയാൾ കൂടുതൽ കൂടുതൽ അസ്വസ്ഥനായിക്കൊണ്ടിരുന്നു. ഇപ്പൊളത്തെ ആവശ്യം ഒരു തുള്ളി വെള്ളം എങ്ങനെയെങ്കിലും വാങ്ങിച്ചെടുക്കലാണു. അയാൾ തീരുമാനിച്ചു. വെള്ളത്തിന്റെ "അമൂല്യ" മൂല്യമറിഞ്ഞ നിമിഷം.

അങ്ങനെയൊരു തന്മാത്രയില്ലായിരുന്നെങ്കിൽ ഭൂമിയിൽ ജീവൻ ഉണ്ടാകുമായിരുന്നോ? വെള്ളം എങ്ങനെയാണു ദ്രവാവസ്ഥയിലായത്? വെള്ളം ദ്രവാവസ്ഥയിലല്ലായിരുന്നെങ്കിൽ ഭൂമിയിലെ ജീവന്റെ അവസ്ഥ എന്താകുമായിരുന്നു. അയാളിലെ ശാസ്ത്രജ്ഞനുണർന്നപ്പോൾ ഒരു നിമിഷത്തേക്ക് ദാഹവും, തൊണ്ടയുടെ വരണ്ട അവസ്ഥയും പമ്പ കടന്ന പോലെ അയാൾക്ക് തോന്നി.

ചൊവ്വാ ഗ്രഹത്തിൽ പോലും വെള്ളമുണ്ടത്രെ. പക്ഷെ അവിടെ പുഴയൊഴുകുന്നു എന്ന് നാസ പറഞ്ഞതിനോട് ശശാങ്കനിലെ ശാസ്ത്രജ്ഞൻ യോജിച്ചിരുന്നില്ല. തപോ–ഗതിക സിദ്ധാന്തത്തിന്റെ അടിസ്ഥാനത്തിൽ ചൊവ്വ ഗ്രഹത്തിൽ വെള്ളം ദ്രവാവസ്ഥയിൽ നില നിൽക്കില്ല എന്ന തന്റെ വാദവും, അതെ ചൊല്ലി മേലുദ്യോഗസ്ഥരുടെ അപ്രീതിക്ക് പാത്രീ ഭൂതനായതും അയാളോർത്തു. വിട്ടുകൊടുക്കാതിരുന്ന താൻ തന്നെ അവസാനം ജയിച്ച കാര്യമോർത്തു അയാൾ മനസ്സാ സന്തോഷിച്ചു.

കൊച്ചു-കൊച്ചു ശാസ്ത്ര സന്തോഷങ്ങൾ!

ദാണ്ടെ, താടിവച്ച ഒരു മാലാഖൻ വരുന്നു. അയാളോടും ചോദിച്ചു,

"ശകലം വെള്ളം താ".

അയാളറിയാതെ ആംഗലേയം ശ്രേഷ്ഠഭാഷക്കു വഴിമാറി കൊടുത്തതു അപ്പോഴാണു ശ്രദ്ധിച്ചത്.

"വെള്ളോം വെളിച്ചോം ഒന്നും പാടില്ലെന്നറിഞ്ഞുകൂടെ കാരണവരെ"?

മറുപടി കേട്ടപ്പോൾ സകല പ്രത്യാശകളും അസ്തമിക്കുന്ന അവസ്ഥ.

പക്ഷെ, അപ്പാപ്പനിൽനിന്നു കാരണവരിലേക്കുള്ള "ഉയർച്ച" മനസ്സിനു അല്പം കുളിർമ നല്കിയില്ലെ?

മാലാഖൻ വീണ്ടും മൊഴിഞ്ഞു "കാരണവരെ ചിരിക്കേണ്ടെ?".

ശശാങ്കനു ഒന്നും പിടികിട്ടിയില്ല.

പരിശോധനക്കു രക്തമെടുക്കാൻ രോഗിയെ ചരിച്ചു കിടത്തേണ്ട കാര്യം വ്യംഗ്യാർത്ഥത്തിൽ അവതരിപ്പിച്ചു മാലാഖയുടെ മുമ്പിൽ ഞെളിയാനുള്ള പയ്യന്റെ വ്യഗ്രതയാണു ആ കേട്ടത് എന്നയാൾ തിരിച്ചറിഞ്ഞു.

ഒരു അനുസരണയുള്ള കുട്ടിയേപ്പോലെ അയാൾ കിടന്നു. വേറെന്തു ചെയ്യാൻ.

വെള്ളം കിട്ടാൻ മാലാഖമാരോടു അടവു നയം സ്വീകരിച്ചാലേ നടക്കൂ. ശശാങ്കന്റെ മനസ്സു പറഞ്ഞു.

അപ്പാപ്പനേ മനസ്സു കൊണ്ടും ശരീരം കൊണ്ടും ആവാഹിച്ച്, അംഗീകരിച്ച് അയാൾ ഇങ്ങനെ കെഞ്ചി.

"ഈ അപ്പാപ്പനു ഒരിച്ചിരി വെള്ളം തരോ മക്കളെ"?

അതേറ്റു.

മാലാഖയിൽ പ്രതികരണമുണ്ടായി... ദാ ഒരു ഗ്ലാസ്സിൽ അല്പം വെള്ളവും കൊണ്ടു ഒരു കൊച്ചു മാലാഖ മന്ദം, മന്ദം വരുന്നു. പക്ഷെ, അവരുടെ ഓരോ ചുവടിനും ഒരു വ്യാഴ വട്ടക്കാലം വേണ്ടിവരുന്നതായി അയാൾക്ക് തോന്നി. വെള്ളം അടുത്തെത്തിയപ്പോൾ മനസ്സിനു വഴങ്ങാത്ത ശരീരവും കൊണ്ട് അയാൾ അറിയാതെ കിടക്കയിൽ നിന്നു എഴുന്നേറ്റു.

ശരീരം എങ്ങനെ ഭൂഗുരുത്വാകർഷണം മറികടന്നു? അതെങ്ങിനെ ഒരു നിമിഷം ബഹിരാകാശത്തെന്ന പോലെ (ഭാരമില്ലാത്തവസ്ഥ) പെരുമാറി?

ഉണങ്ങി വരണ്ടു കിടക്കുന്ന ഊഷര ഭൂമി മഴമേഘങ്ങളേ എതിരേല്ക്കുന്ന പോലെ, മഴക്കാറു കണ്ട വേഴാമ്പലിനെപ്പോലേ, വെള്ളം കണ്ട ശശാങ്കന്റെ മനസ്സു സന്തോഷിച്ചു.

അയാളുടെ ശരീരം വെള്ളമെന്ന ആ അമൃതിനെ സ്വീകരിക്കാൻ വെമ്പൽ കൊണ്ടു.

ശശാങ്കന്റെ മനസ്സു മന്ത്രിച്ചു. അനുസരണാ ശീലം, വിനയം, വിധേയത്വം എന്നീ ഗുണങ്ങൾ ദാമ്പത്യ വിജയത്തിനു മാത്രമല്ല, ഇതുപോലെയുള്ള പ്രതിസന്ധി ഘട്ടങ്ങളെ തരണം ചെയ്യാനും അത്യുത്തമം.

കഥ

6

അങ്ങനെ ഒരവധിക്കാലത്തു.................*

എല്ലാം ഇന്നലെ കഴിഞ്ഞ പോലെ തോന്നുന്നു. എത്ര പെട്ടെന്നാണ് കാലം കടന്നു പോയത്? എഴുന്നൂറ് വര്ഷം പറന്നു പോയപോലെ തോന്നുന്നു. ദേ വന്നു, ദാ പോയി എന്ന് പറയുന്നപോലെ,

ഓർമ്മകൾക്ക് മരണമില്ലല്ലോ. അന്ന് കുംബ്ളെഖാനെ പേടിച്ചാണ് താൻ ഭാരത ദർശനം നടത്തിയത്. മാർക്കോപോളോ ഓർത്തു. പക്ഷെ അത് ഉർവ്വശീ ശാപം ഉപകാരം എന്ന രീതിയിൽ അവസാനിച്ചു. അല്ലായിരുന്നെങ്കിൽ എഴുന്നൂറ് വര്ഷം മുൻപുണ്ടായിരുന്ന കൊയിലം (ഇന്നത്തെ കൊല്ലം), കുമരം (തിരുവനന്തപുരം–കന്യാകുമാരി), മലബാറി (മലബാർ, വടക്കൻ കേരളം) കാണാൻ തനിക്കു തരപ്പെടുമായിരുന്നോ? കുംബ്ളെഖാനെ അയാൾ മനസ്സാ നമിച്ചു. സഞ്ചാര സാഹിത്യകാരന്മാർക്കു മരണമില്ലന്നെതെത്ര ശരി. കുറെ നാൾ മുമ്പ് പ്രശസ്ത സഞ്ചാരസാഹിത്യകാരൻ എസ കെ പൊറ്റെക്കാടിന്റെ നൂറാം ജന്മവാർഷികം ആചരിച്ചപ്പോൾ എല്ലാവരും എടുത്തു പറഞ്ഞ ഒരു കാര്യമാണ് സഞ്ചാര സാഹിത്യകാരന്മാരുടെ അമരത്വം. അത് ശരിയല്ലെങ്കിൽ പിന്നെ താനെങ്ങനെ 700 വർഷത്തിന് ശേഷം വീണ്ടും ഇന്ത്യ മഹാരാജ്യത്തേക്കു യാത്ര തിരിക്കും?

കുംബ്ളെഖാന്റെ ജെയിലിൽ കിടന്നു അന്നുകണ്ട കാര്യങ്ങളെപറ്റി ഒരു വിവരണം ഓലയിൽ പകർത്തിയതോർക്കുന്നു*.

വനനിബിഢമായ, കുളങ്ങളും, പുഴകളും, അരുവികളും, കായൽ പരപ്പുകളും നിറഞ്ഞ, കേരവൃക്ഷങ്ങളാൽ നിബിഢമായ ആ പ്രദേശത്തിന് അന്നെ നിലനിന്നിരുന്ന നാമമാണല്ലോ കേരളം എന്നത്. അവിടെയാണ് താൻ ഏറെ ഇഷ്ടപ്പെട്ടിരുന്ന കൊയിലം, മലബാറി തുടങ്ങിയ സ്ഥലങ്ങൾ.

ഓർത്തപ്പോൾ പോളോക്ക് ഇരുപ്പുറക്കാതെയായി. എങ്ങനെയെങ്കിലും, എത്രയും പെട്ടെന്ന് അവിടെ എത്തിപെടാൻ അയാളുടെ മനസ്സും ശരീരവും വെമ്പൽകൊണ്ടു. ഈ 700 വർഷം കൊണ്ട് എന്തെല്ലാം മാറ്റങ്ങളായിരിക്കും അവിടെ സംഭവിച്ചിട്ടുണ്ടാവുക?

തന്റെ രാജ്യമുൾപ്പടുന്ന യൂറോപ്പിൽ വന്ന മാറ്റങ്ങൾ അതിശയിപ്പിക്കുന്നതു തന്നെ. അപരിഷ്കൃതരായിരുന്ന തങ്ങളിപ്പോൾ വസ്ത്രധാരണത്തിൽ അൽപ്പരെങ്കിലും, പക്ഷെ കിടിലൻ വസ്ത്രങ്ങൾ ഒക്കെ ധരിച്ച, വിവിധ യാത്ര മാധ്യമങ്ങൾ, സംവേദനോപാധികൾ ഇവയൊക്കെ സമ്പന്നത വിളിച്ചോതുന്ന തരത്തിൽ, പ്രകടമായ സാമൂഹ്യ–സംസാകാരിക മാറ്റം പ്രതിഫലിപ്പിക്കുന്ന ജീവിതരീതി അവലംബിച്ചിരിക്കുന്നു. അങ്ങനെയൊരു മാറ്റം ഇവിടെയും വന്നു കാണും.

മരത്തോൽ കൊണ്ട് നാണം മറച്ചും, കല്ലും മരവും കൊണ്ടുള്ള ആയുധങ്ങളും പേറി ഘോര വനത്തിൽ മൃഗവേട്ട നടത്തി, കാട്ടുപഴങ്ങളും, കിഴങ്ങുകളും കഴിച്ചു ഏതോ തരം കാട്ടുഭാഷയുടെ അക്കാലത്തെ പരിഷ്കൃത രൂപമെന്നു തോന്നിക്കുന്ന ഒരു സങ്കര ഭാഷയിൽ ആശയ വിനിമയം നടത്തി, ഇരുണ്ട വലിയ ഉയരമില്ലാതിരുന്ന ഇവരിപ്പോൾ എങ്ങനെയിരിക്കുമോ ആവൊ? പക്ഷെ ഒരുകാര്യം പോളോ ഓർത്തു. എന്തൊക്കെയാണെകിലും മൂന്നു നേരം കുളിച്ചു ശുദ്ധി വരുത്തി, ഉള്ള വസ്ത്രം വൃത്തിയായി ഉപയോഗിക്കുന്ന ഇക്കൂട്ടർ അന്ന് മലയാളികൾ എന്ന പേരിലാണ് അറിയപ്പെട്ടിരുന്നത്. ഇന്നിപ്പോൾ എന്താണവസ്ഥയെന്നറിയാൻ അയാൾക്ക് ഔൽസുക്യം വർദ്ധിച്ചു.

ഇത്രയും വർഷം കൊണ്ട് തനിക്ക് വന്ന മാറ്റങ്ങളും പോളോ വിശകലനത്തിന് വിധേയമാക്കി. മുടിയും താടിയും നരച്ചു, കഷണ്ടി, കയറി, കാഴ്ച കുറഞ്ഞു, വാർദ്ധക്യം പടിക്കലെത്തി. കുറയാത്തതു മനോവീര്യം, അറിവുതേടാനുള്ള ആവേശം, പുതിയ സ്ഥലങ്ങളെ പറ്റിയുള്ള ജിജ്ഞാസ തുടങ്ങിയവ മാത്രം.

ഭാരത തലസ്ഥാനത്തു എത്തിയ പോളോ ആലോചനാ നിമഗ്നനായി. മലയാളക്കരയിൽ എങ്ങനെ പോകും? നടക്കാനാണ് ഇഷ്ടമെങ്കിലും ഇപ്പോൾ അതൊക്കെ പറ്റാതായിരിക്കുന്നു. വയസ്സ് എഴുന്നൂറാണെന്നോർക്കണ്ടേ? ഇവിടെ വന്നപ്പോളാണറിയുന്നതു അവിടേക്കു എല്ലാ മാർഗത്തിലുള്ള സഞ്ചാരവും സാദ്ധ്യമാണെന്നു. എന്തായാലും വിമാനത്തിലില്ല. നീലാകാശവും, തൂവെള്ള മേഘങ്ങളുമൊക്കെ തനിക്ക് ഇഷ്ടമാണെങ്കിലും ആ മാലാഖമാരുടെ അകൃത്രിമമല്ലാത്ത ചിരി തന്നെ പലപ്പോഴും ദേഷ്യം പിടിപ്പിക്കുന്നത് തന്നെ. ഒരു പക്ഷെ വൃദ്ധനായത് കൊണ്ടാവാം ഇത്തരം വികലമായ വിചാര–വികാരങ്ങൾ. കപ്പലിലായാലോ? യ്യോ! വേണ്ട, സോമാലിയൻ കടൽ കൊള്ളക്കാർ തട്ടിക്കൊണ്ടുപോയി നിരത ദ്രവ്യം ചോദിക്കുകയോ, ജീവനെടുക്കുകയോ ചെയ്യും. ചെറു ബോട്ടിലായാൽ കൊള്ളക്കാരെ വെട്ടിക്കാമെങ്കിലും വലിയ കപ്പലിലെ ചേട്ടന്മാരുടെ തോക്കിനിരയാവും. തീവണ്ടിയായാലോ. ഇവിടുത്തെ തീവണ്ടിയാത്ര ബഹുകേമമത്രെ. സ്ത്രീ സഹയാത്രികരെ സൂക്ഷിച്ചാൽ മതി. നോക്കിയാൽ സ്ത്രീ പീഡനത്തിന് കേസെടുക്കുമത്രേ. അവസാനം തീവണ്ടിയാത്രയാവാമെന്നു

തീരുമാനത്തിലെത്തി. ഭാരതത്തിന്റെ ഉള്ളറിയാൻ ഒരു തീവണ്ടിയാത്ര ഉതകുമെങ്കിൽ അതില്പരം ഹിതകരമായി വേറൊന്നുമില്ലല്ലോ.

വനങ്ങളും, കുളങ്ങളും, പൂമരങ്ങളും, കൊണ്ട് നിറഞ്ഞ ആ ഭൂയിടം വീണ്ടും ദർശിക്കാൻ പോകുകയാണ് താൻ. എന്തെല്ലാം മാറ്റങ്ങളാണ് വന്നിരിക്കുകയാവോ. പോളോക്ക് തിടുക്കമായി.

അനന്തപുരിയിൽ എത്തിയ പോളോ തീവണ്ടിയിൽ നിന്നും പുറത്തിറങ്ങി ചുറ്റുപാടും നോക്കി. 700 വർഷങ്ങൾ ഈ നഗരത്തിനും മാറ്റം വരുത്തിയിരിക്കുന്നു, കാടൊക്കെപ്പോയി, നഗരമായി. റോഡും, വാഹനങ്ങളുമൊക്കെയായി നഗരം മനോഹരിയായിരിക്കുന്നു. വർണാഭമായ വസ്ത്രങ്ങൾ ധരിച്ച പുരുഷന്മാരും സ്ത്രീജനങ്ങളും ആ കാഴ്ചകൾക്ക് മാറ്റു കൂട്ടിയിരിക്കുന്നു. കുറെ കാക്കിവസ്ത്ര ധാരികളായ പോലീസുകാർ തന്റടുത്ത്ക്ക് വരുന്നതെന്തിനായിരിക്കും? ഒരു നിമിഷം പോളോ ഒന്ന് പതറി. അടുത്ത് വന്നപ്പോൾ അവർ മൊഴിഞ്ഞു "വാ ഓട്ടോയിൽ പോകാം, നല്ല ഹോട്ടലിൽ കൊണ്ടാക്കാം". അവർ ഇംഗ്ലീഷ് പോലത്തെ ഒരു ഭാഷയിലാണ് പറഞ്ഞത്. ശരിയായിരിക്കാം. താൻ ജയിലിലായിരുന്ന സമയം ഈ രാജ്യം ഇംഗ്ലീഷ്കാരുടെ അധീനത്തിൽ ആയിരുന്നുവെന്നു കേട്ടിട്ടുണ്ട്. എന്താ! അവരുടെ ഒരു സഹായ മനസ്കത. പലരും ഇത് കണ്ടു പഠിക്കേണ്ടതുണ്ട്. പണ്ട് മര തോൽ ധരിച്ചിരുന്ന ഇവർ കാക്കി ഷർട്ടും പാന്റുമാക്കി. നല്ല മാറ്റം. മാർകോ പോളോ മനസ്സിൽ പറഞ്ഞു. റെയിൽവേ സ്റ്റേഷന് വെളിയിലിറങ്ങിയ പോളോ ആ കാഴ്ച കണ്ടു ഹർഷ പുളകിതനായി. അതിന്റെ മുന്നിൽ തന്നെ ഒരു തടാകം. ഇവിടത്തുകാർക്കു പണ്ട് ജലാശയങ്ങളോടുണ്ടായിരുന്ന ആഭിമുഖ്യം ഇപ്പോഴും കുറഞ്ഞിട്ടില്ലായെന്നു മാത്രമല്ല അതിനോടുള്ള അധിനിവേശം കൂടുകയും ചെയ്തിരിക്കുന്നു.

മുന്നോട്ടു പോകുന്തോറും പോളോക്ക് നയനാനന്ദകരമായ കാഴ്ചകൾ കൂടി വന്നു. റോഡുകൾ മുഴുവനും ചെറുതും വലുതുമായ പല ആഴത്തിലുള്ള കുളങ്ങൾ. ഇവകൊണ്ടെന്താ ഗുണം? പോളോയ്ക്കു ഒരു പിടിയും കിട്ടിയില്ല. അന്ന് ദർശിച്ച വർണ കിളികളെയൊന്നിനെയും കാണാനില്ലല്ലോ! ചുറ്റുപാടും നോക്കിയ പോളോയിൽ അല്പം നിരാശ നിഴലിച്ചു. പകരം ഒരു തരം കറുത്ത നിറമുള്ള, കാ.......... കാ................ എന്ന് അപശബ്ദമുണ്ടാക്കുന്ന പക്ഷികൾ ഇഷ്ടം പോലെ കാണാം. കൂടുതലായി കണ്ടുവരുന്നത് കൂ ...കൂ....... ...എന്ന് മൂളിപ്പാട്ടുംപാടി ചിറകടിച്ചു കൊണ്ട് ചെവിക്കു ചുറ്റും കറങ്ങി ഇടക്കിടക്ക് സ്നേഹത്തോടെ ശരീരത്തിൽ നിന്നും രക്തം കുടിക്കുകയും ആ പ്രക്രിയക്കിടയിൽ കടിക്കുകയും ചെയ്യുന്ന കുഞ്ഞു പക്ഷികളാണ്. നഗരം മുഴുവൻ നിറഞ്ഞിരിക്കുന്ന ഇവയുടെ ഭാവം കണ്ടാൽ ഇവിടത്തെ ദേശീയ പക്ഷിയാണെന്നേ പറയൂ. ഇത്തരം പക്ഷികളൊക്കെ അന്ന് ഇല്ലായിരുന്നല്ലോ. ഒരുപക്ഷെ, ഈ കറുത്ത പക്ഷിയെ അന്ന് കണ്ടിരുന്നോ ആവോ!

മുന്നോട്ട് നീങ്ങിയപ്പോൾ വീണ്ടും കാക്കി വസ്ത്ര ധാരികൾ യാത്ര ചെയ്യാൻ ക്ഷണിക്കുന്നു. ഇപ്രാവശ്യം ക്ഷണം നിരസിക്കാൻ പോളോക്ക് കഴിഞ്ഞില്ല. അങ്ങിനെ തുറന്ന വാഹനത്തിലിരുന്നു പോളോ കാഴ്ചകൾ കണ്ടു രസിച്ചു, ഇടയ്ക്കു യാത്രാവിവരണവുമെഴുതി. പണ്ട് കാളവണ്ടിയും, ധനികർക്കു കുതിരവണ്ടിയും മാത്രം ഉണ്ടായിരുന്നിടത്തു ഇപ്പോൾ ചീറിപ്പായുന്ന മോട്ടോർ വാഹനങ്ങളുടെ നിര. വലിയശബ്ദമുണ്ടാക്കി ഇരുചക്രവാഹനങ്ങളിൽ ചീറിപ്പായുന്ന ചെറുപ്പക്കാർ. ഓട്ടോഡ്രൈവറുടെ ഭാഷ്യത്തിൽ, ഇവരെല്ലാം അൽപായസ്സുകാരത്രെ. അമിത വേഗതയിൽ ട്രാഫിക് നിയമം പാലിക്കാതെ ഒട്ടുമിക്ക പേരും സ്വജീവൻ റോഡിൽ ഹോമിക്കുന്ന കൂട്ടത്തിൽ സഹയാത്രികരെ കൂടെ കൂട്ടുമത്രേ. അങ്ങനെ ജനസംഖ്യ കുറക്കാൻ മിനക്കെട്ടിറങ്ങിയ ഇവർ ഇതൊക്കെ ചെയ്യുന്നത് പെൺകുട്ടികളെ ആകർഷിക്കാൻ ആണത്രേ. പക്ഷെ ഏതെങ്കിലും ബുദ്ധിയുള്ള പെൺകുട്ടികൾ അകാല വൈധവ്യം പേടിച്ചു ഇവരുടെ വലയിൽ വീഴുമോ? പോളോയുടെ ചിന്തകൾ കാടുകയറി.

കൊയിലം–കുമരം രാജ്യങ്ങൾ ഇതിനകം സ്വതന്ത്ര ഇന്ത്യയുടെ ഭാഗമായിരിക്കുന്നു, ഈ ഭാഗത്തെ ജനങ്ങളുടെയും, ഭൂപ്രദേശത്തിന്റെയും ഇടയിൽ കാതലായ മാറ്റങ്ങൾ വന്നിരിക്കുന്നു. പണ്ട് ജനങ്ങൾക്കു ഇരുണ്ട നിറത്തിൽ, നീണ്ട ശരീര പ്രകൃതിയായിരുന്നുവെങ്കിൽ ഇന്ന് വെളുത്ത പൊക്കം കുറഞ്ഞ, മൂക്കു പതിഞ്ഞ പ്രകൃതക്കാരായിരിക്കുന്നു. അന്ന് കേട്ടിരുന്നത് സംസ്കൃതവും–മലയാളവും ഇട കലർന്ന ഒരു സങ്കര ഭാഷയായിരുന്നുവെങ്കിൽ ഇന്നതിന്റെ സ്ഥാനത്തു മംഗള എന്ന മലയാള–ബംഗ്ലാ മിശ്രിത ഭാഷയും. മലയാളം സംസാരിക്കുന്ന ചുരുക്കം ചിലരെയും കാണാം. തെങ്ങു നിറഞ്ഞിരുന്ന കേരങ്ങളുടെ നാട്ടിൽ കേര വൃക്ഷം അവിടവിടെ മാത്രം കാണാം. "നെല്ലുണ്ടാവുന്ന മരം" പ്രദർശനശാലയിൽ മാത്രം. ഗോതമ്പാണ് അടിസ്ഥാന ആഹാരം.

ജനങ്ങൾക്ക് കുളം, പുഴ എന്നിവയോടുണ്ടായിരുന്ന അഭിനിവേശത്തിനു യാതൊരു കുറവും വന്നിട്ടില്ല. വഴി മദ്ധ്യത്തിലുള്ള ചെറിയ കുളങ്ങളുടെ എണ്ണം ദിനം പ്രതി വർദ്ധിച്ചുവരുന്നതായി തോന്നി. നഗരമദ്ധ്യത്തിൽ വലിയ കുഴലിൽ നിന്ന് വെള്ളം ചാടി അരുവിപോലെ ഒഴുകി പോകുന്നതും പോളോ കണ്ടു. പോളോ ധരിച്ചു വച്ചിരുന്നത് നദികളുടെ ഉത്ഭവം മലമുകളിൽ നിന്നാണെന്നാണ്. അതെല്ലാം തിരുത്തേണ്ടിയിരിക്കുന്നു. അത് നഗര മധ്യത്തിലുള്ള വലിയ പൈപ്പിൽ നിന്നാണെന്നു പോളോ തിരുത്തി.

ഇവിടത്തെ സമ്പത് വ്യവസ്ഥയുടെ അടിസ്ഥാനം നെല്ല്, നാളികേരം ഇവയിൽ നിന്നും റബ്ബർ, ശുദ്ധജലം എന്നിവ കയ്യേറിയിരിക്കുന്നു. കടലിലേക്ക് പൊയ്ക്കൊണ്ടിരുന്ന വെള്ളം തടഞ്ഞു നിർത്തി കുപ്പിവെള്ളമാക്കി ഗൾഫ് രാജ്യങ്ങളിലേക്ക് കയറ്റി അയച്ചു ഇവർ പണക്കാരായിരിക്കുന്നു. വര്ഷം തോറും വർദ്ധിച്ചു വന്നുകൊണ്ടിരുന്ന

വെള്ളപ്പൊക്കത്തിനും ഇതോടെ ഒരു ശമനമായിരിക്കുന്നു. ഘോര വനമായിരുന്ന ഇവിടം ഇപ്പോൾ കോൺക്രീറ്റ് സൗധങ്ങൾ കൊണ്ട് നിറഞ്ഞിരിക്കുന്നു. പണ്ട് ജ്യോത്സ്യവും, കൈനോട്ടവും മുഖ്യ വിനോദ മാർഗ്ഗങ്ങളായിരുന്നുവെങ്കിൽ ഇന്നാസ്ഥാനം ഹർത്താൽ, ജാഥ, മനുഷ്യച്ചങ്ങല, ടെലിവിഷൻ പരിപാടികൾ ഇവ കയ്യടിക്കിയിരിക്കുന്നു. ഏറ്റവും കൂടുതൽ ചർച്ച ചെയ്യപ്പെടുന്ന വിഷയം സ്ത്രീപീഡനം. മൂന്നുനേരത്തെ കുളിക്കു ഒരു കുറവും വരാതിരിക്കാൻ സർക്കാർ തലത്തിൽ ശ്രദ്ധിച്ചിട്ടുണ്ട്. അതിനായിരിക്കാം പട്ടണങ്ങളിൽത്തന്നെ കൃത്രിമ പുഴയുണ്ടാക്കി വച്ചിരിക്കുന്നത്. കേരളക്കരയിൽ സ്ത്രീ ശാക്തീകരണം എന്നൊക്കെ പറയുന്നുണ്ടെങ്കിലും, സ്ത്രീകൾ വഴിയിൽ കൂട്ടത്തോടെ ആഹാരം പാകം ചെയ്യുന്ന സ്ഥിതി കാണേണ്ടി വന്നിരിക്കുന്നു. പൊങ്കാല എന്നൊക്കെ പറയുന്നുണ്ടെങ്കിലും എന്താണ് വാസ്തവമെന്നറിയാൻ വയ്യ. പോളോ യാത്ര വിവരണം തുടർന്നു

അങ്ങനെയിരിക്കെ ആക്രോശിച്ചുകൊണ്ടു ഒരുകൂട്ടർ മാർക്കോപോളോയുടെ അടുത്തേക്ക് പാഞ്ഞെത്തി. “നിങ്ങൾ ഇറ്റലിക്കാരനാണല്ലേ? നിങ്ങൾ ഞങ്ങളുടെ സോദരരെ കടലിൽ വെടിവച്ചു കൊല്ലും, അല്ലെ?”. “ഇപ്പോൾ സ്ഥലം വിട്ടോളണം”. ഇറ്റലിക്കാരനായിരുന്നു, ഇപ്പോളല്ലയെന്നും, സഞ്ചാര സാഹിത്യകാരനാണെന്നും ധരിപ്പിച്ചപ്പോൾ വീണ്ടും മംഗ്ല ഭാഷയിൽ ആക്രോശം, ഭീഷണി. “നിങ്ങൾ ചരിത്രം വളച്ചൊടിക്കും അതുകൊണ്ടു നിങ്ങൾ എങ്ങനെ, എന്തെഴുതണമെന്നു ഞങ്ങൾ തീരുമാനിക്കും”. “സമ്മതമല്ലെങ്കിൽ ഉടൻ സ്ഥലം വിട്ടോണം”.

പോളോ തുടർന്നെഴുതി: മലബാറി–കൊയിലം–തിരു സ്ഥലങ്ങൾ ഭൂമിശാസ്ത്രപരമായും, രാഷ്ട്രീയമായും,ആളുകളുടെ കാഴ്ചപ്പാടിലും മാറിയിരിക്കുന്നു.ഇവിടെ മനുഷ്യാവകാശം മാത്രമല്ല, ആവിഷ്ക്കാര, ചിന്ത സ്വാതന്ത്ര്യവും ചോദ്യം ചെയ്യപ്പെടുന്നു. സമരം, നോക്കുകൂലി തുടങ്ങിയവ സാമൂഹ്യ വിപത്തുകൾ വ്യവസ്ഥിതിയുടെ ഭാഗമായിരിക്കുന്നു...

ആ ചൈനക്കാരന്റെ ജയിൽ തന്നെ ഭേദം. മാർക്കോപോളോ ദീർഘ നിശ്വാസമിട്ടു.......

** അഥവാ മാർക്കോപോളോയുടെ രണ്ടാം കേരളായാത്രാ വിവരണം 1298–ല് നടന്ന കൊര്സ്യുലാ യുദ്ധത്തിനുശേഷം തടവില് കഴിയുന്ന കാലത്ത് പുരാതന ഗാളിയയിലെ ഭാഷ ആയിരുന്ന langue d'oïl (ഇന്നത്തെ ഫ്രെഞ്ചിന്റെ പ്രധാന പൂര്വരൂപം) –ല് പീസായിലെ റുസ്റ്റികെല്ലോ എന്ന പണ്ഡിതനായ സന്യാസിയെക്കൊണ്ട് പറഞ്ഞെഴുതിക്കുകയായിരുന്നു മാര്കോപോളോ തന്റെ യാത്രാവിവരണം. Le deuisamentdoumonde (Thedescriptionofthworld) എന്നാണ് തലക്കെട്ടിന്റെ പൂര്ണരൂപം. 13–ആം നൂറ്റാണ്ടിൽ ജീവിച്ചിരുന്ന സഞ്ചാര സാഹിത്യകാരൻ മാർക്കോപോളിയുടെ*

ജീവചരിത്രത്തിന്‍റെ ഒരുഭാഗവുമായി സങ്കല്പികമായി കോർത്തിണക്കിയ കഥ. കേരളത്തെ പറ്റി ആധികാരികമായ പരാമർശം കാണപ്പെട്ടതു മാർക്കോപോളോയുടെ സഞ്ചാര വിവരണത്തിലാണെന്നു ഭൂരിഭാഗം പേരും വിശ്വസിക്കുന്നു. 700 വര്‍ഷം മുമ്പ് ദക്ഷിണേന്ത്യയിൽ സഞ്ചരിച്ചു ഈ സ്ഥലങ്ങളെക്കുറിച്ചെഴുതിയ അദ്ദേഹം ഇത്രയും വര്‍ഷങ്ങള്‍ക്കു ശേഷം കേരളം വീണ്ടും സന്ദർശിക്കാൻ ഇടയായാൽ ഉണ്ടായേക്കാമാവുന്ന കാര്യങ്ങൾ ഭാവനയിൽ കാണുകയാണ് ഗ്രന്ഥകർത്താവ്.

കഥ 7

ഒരു വാച്ചിന്റെ കഥ; ഒരു സമരിയക്കാരിയുടെയും

ശശാങ്കന്റെ സ്കൂൾ–കോളേജ് പഠന കാലം. ഒരു നല്ല വിദ്യാർത്ഥി ഏതുതരക്കാനായിരിക്കണമെന്നു ഉത്തമ ബോധ്യമുണ്ടായിരുന്നു ശശാങ്കനു. അതായത് ഒരു നല്ല വിദ്യാർത്ഥി എല്ലാ ഇന്ദ്രിയങ്ങളെയും ഉണര്ത്തി ജാഗ്രതയോടെ വേണം എല്ലായ്പ്പോഴും നിലകൊള്ളുവാൻ. അവൻ കാകദൃഷ്ടിയുള്ളവനായിരിക്കണം. ഉയരത്തിൽ പറക്കുമ്പോഴും താഴെയുള്ള ചെറുവസ്തുക്കളെ കണ്ടു പിടിക്കാനുള്ള സൂക്ഷ്മദൃഷ്ടി അവനുണ്ടായിരിക്കണം. മുഴുവൻ ഏകാഗ്രതയും പഠനത്തിൽ മാത്രം ചെലുത്താൻ കഴിവുള്ളവനാകണം വിദ്യാർത്ഥി എന്നർത്ഥം. അവൻ ഒരു ശ്വാനനെപ്പോലെ ഉറങ്ങുന്നവനായിരിക്കണം. അതായത് ഉറക്കത്തിലും ശ്രദ്ധയോടെ ചുറ്റുപാടിനേക്കുറിച്ച് ബോധമുള്ളവനായിരിക്കണമെന്നു സാരം. ജനിച്ചു വളർന്ന സാഹചര്യം, ഇതൊന്നും ശശാങ്കനിൽ അടിച്ചേല്പിക്കാതെ തന്നെ വീട്ടിലെ കുചേലാവസ്ഥ മൂലം ശശാങ്കൻ സ്വമേധയാ ഈ ഗുണങ്ങളെല്ലാം സ്വായത്തമാക്കിയിരുന്നു. പരിമിതമായ കൂട്ടുകാരും, പരിധിയില്ലാത്ത ബുദ്ധിയുമായിരുന്നു അയാളുടെ കൈമുതൽ. ക്ളാസിൽ ഒന്നാം സ്ഥാനം വേറെയാർക്കും വിട്ടുകൊടുക്കാത്ത ആ പ്രകൃതക്കാരന്, അതുമൂലം ബാല്യത്തിലെ കുട്ടിശത്രുക്കളുണ്ടായി. അധ്യാപകരുടെ കണ്ണിലുണ്ണിയായി അവരുടെ സ്നേഹവായ്പുകൾ മൊത്തത്തിൽ ദര്ഘാസിൽ പിടിച്ച ശശാങ്കനോട് ബൗദ്ധിക സ്പർദ്ധ വച്ചു പുലർത്തിയ സഹപാഠികൾ സ്കൂളിലും കോളേജിലുമൊക്കെ ഉണ്ടായിരുന്നെകിൽ, വലുതായി ഉദ്ദോഗസ്ഥനായപ്പോൾ ഇതേ കാരണത്താൽ സ്പർദ്ധ കാട്ടിയതു സഹപ്രവർത്തകരായിരുന്നുവെന്നു മാത്രം. പക്ഷെ ഇതൊന്നും കണ്ടിട്ട് അയാൾക്ക് യാതൊരു കുലുക്കവുമില്ലായിരുന്നു. ചെറിയ ക്ലാസ്സിൽ അത് ക്വട്ടേഷൻ ഗുണ്ടകളുടെ ശാരീരിക പീഡനത്തിന് തന്നെ വഴിയൊരുക്കിയിരുന്നു. എങ്ങിനെയൊക്കെയോ ശശാങ്കൻ ഈ ദുർഘടാവസ്ഥയെ മറികടന്നു..

അല്പാഹാരം, ജീർണവസ്ത്രം, വാച്ച്, ചെരുപ്പ്, കണ്ണട ഇവയൊന്നുമില്ലാത്ത അവസ്ഥ (ഇല്ലാഞ്ഞിട്ടല്ല, ത്യജിച്ചത്!). പുസ്തകത്തിന്റെ കാര്യം പറയുകയേ വേണ്ട. എന്താ പുസ്തകമില്ലായിരുന്നോ? എന്ന് നിങ്ങൾ ചോദിച്ചാൽ ഞെളിഞ്ഞു നിന്നു കൊണ്ടുള്ള ഉത്തരം; "എല്ലാം ഇല്ല" എന്നത് തന്നെ. വയർ നിറയെ ഭക്ഷണം കഴിക്കുന്ന ദിവസങ്ങൾ വിരളം. നാടോടി വസ്ത്ര വ്യാപാരികളുടെ കയ്യിൽ നിന്നും പിതാവ് വാങ്ങിയ വിലകുറഞ്ഞ വസ്ത്രങ്ങൾ, മേൽപ്പറഞ്ഞ ഭൗതികാവസ്ഥ. പോരെ, അപകർഷതാ ബോധം മൊത്തത്തിൽ ക്വട്ടേഷൻ വാങ്ങാൻ. വേറെന്തു വേണം?. ശശാങ്കന്റെ ഇഷ്ട ആഹാരം ഝഷകങ്ങളായിരിക്കെ, വർഷക്കാലത്ത് വയലിൽ മലവെള്ളം കയറുമ്പോൾ ഇഷ്ട വിനോദമായിരുന്നു മീൻ പിടുത്തം, ചൂണ്ടയിട്ടോ, ഒറ്റാലുകൊണ്ടോ ആയിരുന്നു ഈ ക്രൂരകൃത്യങ്ങൾ ചെയ്തിരുന്നത്, അങ്ങനെയിരിക്കെ, ഒരുനാൾ മൂത്ത ജേഷ്ഠൻ അനിയനെ മീൻ പിടുത്തത്തിൽ വിദഗ്ദ്ധനാക്കാൻ രാത്രി ഒറ്റാൽ പ്രയോഗത്തിന് കൂട്ട് വിളിക്കുന്നു. ഏറെ സന്തോഷം തോന്നി ശശാങ്കന്. മീൻകൊടുക്കരുത്, പക്ഷെ മീൻ പിടിക്കാൻ പഠിപ്പിക്കണമെന്ന ചൈനീസ് സൂക്തം പ്രായോഗികമാക്കാനോ മറ്റോ വിളിച്ചതായിരിക്കുമെന്നാണ് ശശാങ്കൻ നിനച്ചത്. റാന്തൽ വിളക്കും തൂക്കി ശ്രീരാമന്റെ പിറകെ ലക്ഷ്മണൻ എന്ന കണക്കിന് നടന്ന ശശാങ്കന് ഒറ്റാൽ ഒന്ന് പരീഷിക്കാൻ ജേഷ്ഠൻ അവസരം കൊടുത്തു. കമഴ്ത്തിയ ഒറ്റാലിൽ കയ്യിട്ടു മീനെ പിടിക്കാൻ ശ്രമിച്ച ശശാങ്കന്റെ കയ്യിൽ തടഞ്ഞതോ ഒരു നീർക്കോലി!. ബാക്കി നിങ്ങളൂഹിച്ചോളൂ. ശശാങ്കന് പേടിയുണ്ടായിരുന്ന രണ്ടേ രണ്ടു സാധനങ്ങൾ: ഇരുട്ടും, നീർക്കോലിയും.

ഇങ്ങനെയിരിക്കെ, മാർച്ച്–ഏപ്രിൽ മാസങ്ങൾ വരുമ്പോൾ ശശാങ്കന് ഒരുതരം കുളിർമ തോന്നുമായിരുന്നു. കാരണം ഈ സമയത്തായിരുന്നു യൂണിവേർസിറ്റി പരീക്ഷകൾ നടന്നിരുന്നത്. ശശാങ്കന് പേടിയില്ലാത്തവയിൽ ഉൾപ്പെട്ടതായിരുന്നു പരീക്ഷകൾ. ശശാങ്കന് അത്ര ആത്മവിശ്വാസമായിരുന്നു (ഇന്ന് പരീക്ഷ മാറി, പരീക്ഷണങ്ങളായി). അയാളോർത്തു, ഒരു രസതന്ത്ര പരീക്ഷ തലേന്ന് നോക്കിയപ്പോൾ ഒന്നും പഠിക്കാനില്ല. അഥവാ ശശാങ്കൻ എല്ലാം പഠിച്ചു കഴിഞ്ഞു, (ആവശ്യമുള്ളതും ഇല്ലാത്ത്തതും ഒക്കെ). എന്നാൽ പിന്നെ ആശ തിയേറ്ററിൽ പോയി ഒരു സിനിമ കാണാമെന്നു. വച്ചു. സ്വ:സഹോദരന്റെ പേരിലുള്ള ഫ്രീ പാസും കൊണ്ട് ഫസ്റ്റ് ഷോ കണ്ടു. പിറ്റേ ദിവസം യൂണിവേഴ്സിറ്റി പരീക്ഷ എഴുതി റിസൾട്ട് വന്നപ്പോൾ നൂറിൽ നൂറു മാർക്ക് (വാസ്തവം, അല്പം ആത്മ പ്രശംസയാവാമല്ലോ അല്ലെ?)

പരീക്ഷക്ക് ചോദ്യങ്ങളുടെ സ്വഭാവമനുസരിച് സമയം ക്രമീകരിച്ച ഉത്തരം എഴുതിയില്ലെങ്കിൽ ഉത്തരം എല്ലാം അറിഞ്ഞാൽ തന്നെ പൂർണമായി എഴുതാൻ പറ്റിയെന്നു വരില്ല. അതിനു ഒരു വാച്ചു വേണം. പത്താം ക്ളാസ്സിലെ പരീക്ഷയായിരുന്നു ഇത്തരത്തിൽ ആദ്യത്തെ പരീക്ഷണം. വാച്ചുള്ള ബന്ധുക്കൾ അയൽപക്കത്തുണ്ട്.

ചോദിക്കാൻ മടി. സ്കൂളിൽ ഇലയിൽ ചോറ് പൊതിഞ്ഞു കൊണ്ടുപോകാൻ പഴയ പത്ര കടലാസ്സ് വിലയ്ക്ക് ചോദിച്ചിട്ടുപോലും തരാത്തവർ വിലപിടിപ്പുള്ള വാച്ചുകെട്ടാൻ തരുമെന്ന് നിനക്കാൻ വയ്യ. ശശാങ്കന്റെ സഹോദരി നിർദ്ദേശിച്ചു., "അയൽ വീട്ടിലെ തങ്കമണിച്ചേച്ചിക്കു ഒരു സ്വർണ നിറമുള്ള റിസ്റ്റ് വാച്ചുണ്ട്. ചോദിച്ചു നോക്ക്". വാച്ച് കിട്ടുമെന്ന് എന്റെ മനസ്സ് പറഞ്ഞു. ഞാൻ ചെന്ന് കാര്യം പറഞ്ഞപ്പോൾ ആ സമരിയക്കാരിക്ക് കാര്യം പിടികിട്ടി. ആ നിമിഷം അവർ അകത്തു നിന്നും അതെടുത്തുകൊണ്ടു സ്വതവേയുള്ള ആ പുഞ്ചിരിയോടെ പറഞ്ഞു. "എല്ലാ പരീക്ഷയും കഴിഞ്ഞു തിരിച്ചു തന്നാൽ മതി". പരീക്ഷയായതുകൊണ്ടും, ആവശ്യത്തിന്റെ ഗൗരവം അറിയാവുന്നതു കൊണ്ടും ആ "ലേഡീസ് വാച്ചു" കെട്ടാൻ ശശാങ്കന് ഒരു മടിയും തോന്നിയില്ല.

പിന്നെ അത് മറ്റു പരീക്ഷകൾക്കും തുടർന്നു. അങ്ങനെ 8 കൊല്ലം. സ്കൂൾ–കോളേജ് കാലത്തുണ്ടായ റാങ്കോടെയുള്ള നല്ല വിജയങ്ങളുടെ ഒരു കാരണം ഈ വാച്ചുകൊണ്ടുള്ള സമയ ക്രമീകരണം തന്നെയായിരുന്നു. ഈ വിജയങ്ങളുടെ തുടർച്ചയായി, സർക്കാർ ചിലവിൽ വിദേശത്തുള്ള ഗവേഷണ ബിരുദ പഠനം, പിന്നെ പോസ്റ്റ് ഡോക്റ്ററൽ പരിശീലനവും. ഇതെല്ലാം കഴിഞ്ഞു ബഹിരാകാശ കേന്ദ്രത്തിൽ ഉന്നത സ്ഥാനത്തുള്ള ജോലിയും, അതിൽനിന്നുള്ള വിരമിക്കലൂം കഴിഞ്ഞു, കൊച്ചി കലാശാലയിലെ പ്രൊഫെസ്സറായി പ്രവർത്തിക്കുമ്പോളും ശശാങ്കന്റെ മനസ്സിൽ ഒരു കടം വീട്ടൽ ബാക്കികിടക്കുന്നുണ്ടായിരുന്നു; ആ വാച്ച്.

ശശാങ്കൻ ഓർത്തു. തന്നെ താനാക്കുന്നതിൽ ആ വാച്ചും അതിന്റെ ഉടമയും അവരുടെ മഹത്തായ പങ്ക് വഹിച്ചിട്ടുണ്ട് എന്നത് അനിഷേധ്യമായ വസ്തുതയാണ്. പക്ഷെ, ഒരു വാച്ച് ഈ പ്രായത്തിൽ അവർക്കു സമ്മാനമായി കൊടുക്കാമോ.? താൻ വയോധികനായ സ്ഥിതിക്ക് അവർ വന്ദ്യ വയോധികയായിക്കാണുമെന്നു കരുതി. എന്തായാലും ഒരു വാച്ച് വാങ്ങി സമ്മാനമായി കൊടുത്തില്ലെങ്കിൽ തനിക്ക് അങ്ങനെ ഒരു മന:സുഖം കിട്ടാതെ പോകും. അതിനാൽ പട്ടണത്തിലെ മുന്തിയ കടയിൽ നിന്ന് നല്ല ബ്രാൻഡ്, എന്നാൽ വലിയ വില വരാത്ത ഒരു 'സ്വർണ" വാച്ചു വാങ്ങി. അവർ വസിക്കുന്ന സ്ഥലം അന്വേഷിച്ച കണ്ടു പിടിച്ചു. അവിടെ ചെന്ന് ഈ ചെറിയ സമ്മാനം കൊടുത്തപ്പോൾ ആ മുഖത്ത് പ്രത്യേകിച്ച് ഭാവ വ്യത്യാസങ്ങൾ എന്തെങ്കിലും ദർശിച്ചുവോ?. എവിടെയോ ഒരു ദു:ഖ ചായ്‌വ് കണ്ടുവോ?. അപ്രതീക്ഷിതമായ ഭർതൃവിയോഗം ആ പ്രബല മനസു തളർത്തിയോ? ഇല്ല! തനിക്ക് ഒരു പക്ഷെ തോന്നിയതാവാം. തലമുടി പ്രായമനുസരിച് പ്രതികരിച്ചിട്ടിട്ടുണ്ട് എങ്കിലും, അവർ പഴയപടി പ്രസന്നവതിയായിരിക്കുന്നു.

മകളും അവരുടെ മകളുമൊക്കെയായി വസിക്കുന്ന അവർക്കു സമ്മാനത്തോടൊപ്പം വാക്കുകളിലൊതുങ്ങുന്ന നന്ദിയും മനസ്സ് നിറയെ സ്നേഹവും ചൊരിഞ്ഞു കൊണ്ട് പടിയിറങ്ങുമ്പോൾ ഒന്നേ പ്രാർത്ഥിച്ചുള്ളൂ. ഇനിയുള്ള കാലവും അവർക്കു സന്തോഷവും ഐശ്വര്യവും നിറഞ്ഞ ജീവിതമായിരിക്കണമേയെന്നു. ശശാങ്കന് അത്യധികം സന്തോഷവും, സമാധാനവും കിട്ടിയ ഒരു ദിവസമായിരുന്നു അത്. ഭൂമിയിൽ സന്മനസ്സുള്ളവർക്ക് സമാധാനം,

…………സന്തോഷവും!

ലേഖനം

1

ഒരു അഷ്ടമി രോഹിണി നാളിൽ

വർഷങ്ങൾക്കു മുമ്പുള്ള ഒരു അഷ്ടമിരോഹിണി നാളിൽ ആണ് ഞങ്ങൾ താലിമാലയുടെ ബലത്തിൽ പരസ്പരം ബന്ധനസ്ഥരാവുന്നതു. ഒരു നൂറ്റാണ്ടിന്റെ മൂന്നിലൊന്നിൽ കൂടുതൽ വർഷമായിരിക്കുന്നു. ഇത്രയും വർഷം ഞങ്ങൾ പരസ്പരം പൊരുത്തപ്പെട്ടും, ഇണങ്ങിയും പിണങ്ങിയും ഒക്കെ കഴിഞ്ഞു. ഈ ജീവിതത്തിൽ കൂടതൽ സന്തോഷം പകർന്നത് നാണു, അച്ചു, എന്ന പുത്രന്മാരുടെ ആഗമനമാണ്. ഇന്ന് അവർ രണ്ടും ദൈവകൃപകൊണ്ട് അവരെക്കൊണ്ടു പറ്റാവുന്ന നിലക്ക് അവരവരുടെ തൊഴിലും ജീവിതവുമായി മുൻപോട്ടു പോകുന്നു. തിരിഞ്ഞുനോക്കുമ്പോൾ ഇത്രയും വര്ഷം കണക്കിൽ കാണിക്കാൻ ബുദ്ധിമുട്ടുണ്ടു. മിനിഞ്ഞ്യാന്നാണ് ഞാൻ പിന്നീടെന്റെ ഭാര്യയായ മഞ്ജുവിനെ പെണ്ണുകാണാൻ പോയത് എന്ന് തോന്നും.

ഭാര്യ മഞ്ജു, അഥവാ "അച്ചുവിന്റെ അമ്മ" അയ്യോ! ഒരു പാവം എന്നൊക്കെ പറയണമെന്നുണ്ട്. അങ്ങനെയല്ല എന്ന് പറയാനും ബുദ്ധിമുട്ടാണ്. കാരണം, നിങ്ങൾക്ക് ഈ ലേഖനം വായിച്ചു രസിക്കുകയോ, ത്വജിക്കുകയോ ആവാം. എന്നാൽ എനിക്ക് വീട്ടിൽ പോകാത പറ്റില്ലല്ലോ. എനിക്കസുഖമെങ്ങാനും വന്നാൽ എന്നെ കുഞ്ഞുങ്ങളെപ്പോലെ പരിചരിക്കുന്ന എന്റെ പ്രിയതമയെ തന്നെയാണെനിക്കേറ്റവും പ്രിയം.

ഞങ്ങളുടെ ദാമ്പത്യത്തിൽ കറന്റു കട്ടിന്റെ പ്രസക്തിയെപ്പറ്റി പറയട്ടെ. ഒരു ആഗസ്ത് മാസത്തിൽ സന്ധ്യ സമയത്താണ് ഞങ്ങൾ ആദ്യമായി പരസ്പരം കാണുന്നത്, ഔപചാരികമായിട്ടുള്ള പെണ്ണുകാണൽ അല്ലായിരുന്നു. യാദൃച്ഛികമായിട്ടുള്ള ആ കൂടിക്കാ ഴ്ച നടന്നതു സന്ധ്യക്ക് പവർ കട്ട് സമയത്തും.

ഒരു മെഴുകുതിരിയുടെ അരണ്ട വെളിച്ചത്തിൽ അന്നാദ്യം ആ മുഖം ദര്ശിച്ചപ്പോൾ രംഭയെന്നോ, തിലോത്തമയെന്നോ, ശകുന്തളയെന്നോ, അനസൂയയെന്നോ ഒക്കെ എനിക്ക് തോന്നികാണണം. അതുപോലെ മഞ്ജുവിനും ആ നുറുങ്ങ് വെട്ടത്തിൽ എന്നെ

കണ്ടപ്പോൾ അശ്വാരൂഢനായി ആഗമിച്ച ചന്ദുവായി തോന്നിക്കാണണം. അങ്ങനെ ആ പരിണയം നടന്നു.

ഇടയ്ക്കു പിണക്കമുണ്ടാകുമ്പോൾ ഞങ്ങൾ വൈദ്യുതി കണ്ടുപിടിച്ച ബെഞ്ചമിൻ ഫ്രാങ്കിളിനെ ശപിക്കും. വൈദ്യുതിയെ പൂർണമായും വിശ്വസിച്ച ഞങ്ങളെ സ്വയം പഴിക്കും. (അതുണ്ടായത് കൊണ്ടാണല്ലോ പവർ കട്ടു വന്നത്.)

ജ്യോത്സന്റെ കണക്കിൽ ഞങ്ങൾ തമ്മിൽ 10-ൽ 10- പൊരുത്തം. പക്ഷെ എനിക്ക് മൂന്നു പൊരുത്തം കൂടി നോക്കണമായിരുന്നു. (I) ഫാൻ പൊരുത്തം, 3-5 (വേഗത നിശ്ചയിക്കുന്ന കട്ടയുടെ എണ്ണം) എന്ന കണക്കിനു ഒരുവിധം പൊരുത്തപ്പെട്ടു. (II) ആഹാരപ്പൊരുത്തം, പൊതുവെ ഞങ്ങൾക്കു ഹിന്ദി അറിയാത്തതുകൊണ്ട് രണ്ടു കൂട്ടരും ചപ്പാത്തി ഇഷ്ടമല്ലാത്തവരാണ്. വാമഭാഗം സസ്യാഹാരപ്രിയയാണെങ്കിലും വല്ലപ്പോഴും മീൻ കഴിക്കുന്നതിൽ വിരോധമില്ലാത്തവരാണ്. (III) എന്നാൽ പതിമൂന്നാമത്തെ പൊരുത്തം, അതായതു ഇഷ്ടഗാന പൊരുത്തത്തിൽ 100–ൽ 100 എന്ന് നിനച്ചെങ്കിൽ നിങ്ങൾക്ക് തെറ്റി. എന്നാൽ മഞ്ജു പഴയ മലയാളം പാട്ടുകളുടെ ആരാധികയാണെന്നറിഞ്ഞപ്പോൾ അന്ന് തന്നെ കെട്ടികൊണ്ടു പോയാലോ എന്ന് എനിക്ക് തോന്നിയതാണ്. ഹിന്ദി പാട്ടിന്റെ കാര്യം അങ്ങനെയല്ല. മഞ്ജു, കിഷോർ കുമാർന്റെ ആരാധിക ആണെങ്കിൽ ഞാൻ മുഹമ്മദ് റാഫിയുട ആരാധകനാണെന്നുള്ള നേരിയ വ്യത്യാസം മാത്രമേ ഞങ്ങളുടെ ഇടയിൽ ഉണ്ടായിരുന്നുള്ളു.

1987– ലെ ഒരു അഷ്ടമി രോഹിണി നാളിലാണ് ഞങ്ങൾ ഭാര്യ–ഭർത്താക്കന്മാരാവുന്നതു എന്ന് പറഞ്ഞുവല്ലോ. അതുകൊണ്ട് “അഷ്ടമിരോഹിണി രാത്രിയിൽ അന്നു ഞാനാദ്യമായി കണ്ടപ്പോൾ” എന്ന പാട്ടു കേൾക്കുമ്പോൾ എന്റെ മനസ്സ് ഒരു പ്രത്യേക ചക്രവാളത്തിലേക്ക് പറക്കും.

പാട്ടുമായി ബന്ധമുള്ള ഒരു കാര്യം കൂടെ പറയട്ടെ. 1962–68 കാലഘട്ടം; എന്റെ നാടായ ആലുവ–മുപ്പത്തടത്തു ആദ്യവും അവസാനയുമായി നിർമ്മിപ്പിക്കപ്പെട്ട സിനിമ തിയേറ്ററാണ് ആശാ തിയേറ്റർ. ഞങ്ങളിൽ സിനിമ കമ്പവും പാട്ടിനോടുള്ള പ്രതിപത്തിയും വർദ്ധിപ്പിച്ചത് ആശ തിയേറ്റർ ആണെന്ന് പറയാം. സിനിമ തുടങ്ങും മുമ്പ് മൈക്കിൽ കൂടെ ഞങ്ങൾ കേട്ടിരുന്ന “ഉദിക്കുന്ന സൂര്യനെ ചതിക്കയാൽ പിടിക്കാന്നു” ... ‘കുഞ്ഞാലി മരക്കാരിലെ’ ആ ഗാനം ഇന്നും ചെവികളിൽ ധ്വനിക്കുന്നു. അവിടെ കേൾപ്പിച്ചിരുന്ന ഏതു പാട്ട് കേട്ടാലും, ഗൃഹാതുരത്വം നിറഞ്ഞ മനസ്സങ്ങോട്ടു പറക്കും.

എന്നാൽ ആദ്യമായി പാട്ടു കേട്ടതു അടുത്ത ബന്ധുവിന്റെ കല്യാണത്തിനാണ്. ഞങ്ങളുടെ തെക്കേതിൽ (തെക്കു ഭാഗത്തെ വീട്ടിലെ) ചേച്ചിയുടെ കല്യാണത്തലേന്നു കേട്ട “പാസൈ മലർ” എന്ന തമിഴ് സിനിമയിലെ “മലർന്തു മലരാഹ പാതി “.... എന്ന്

തുടങ്ങുന്ന പാട്ടാണ് ആദ്യമായി കര്ണങ്ങളിൽ പതിഞ്ഞത്. അന്ന് ഞാൻ 3–ഓ 4–ഓ വയസ്സുള്ള കൗപീനധാരിയായിരിക്കണം. ആലുവക്കാരനായ എനിക്ക് ആലുവായുമായ് ബന്ധപ്പെട്ട എല്ലാ പാട്ടുകളോടും പ്രത്യേക ഇഷ്ടമാണ്. "ആലുവാപ്പുഴയിൽ മീൻ പിടിക്കാൻ പോകും അഴകുള്ള പൊന്മാനെ", നദി എന്ന സിനിമയിലെ "ആലുവാപ്പുഴ പിന്നെയുമൊഴുകി". "ഭാര്യ" യിലെ "പെരിയാറേ, പെരിയാറേ..." എന്ന് പാടുന്ന സത്യന്റേയും മറ്റും സീനുള്ള ആ രംഗം ടെലിവിഷനിൽ കാണുമ്പോളെല്ലാം മനസ്സിൽ കൂടെ കടന്നു പോകുന്ന വികാര–വിചാരങ്ങൾ......... ഹ...എന്താ ഒരു ഹരം, ചേല്, പാട്ടിന്റെ മേന്മ, അർത്ഥം, രാഗങ്ങളുടെ അപൂർവ ചേരുവ...... ഇങ്ങനെയുള്ള കാര്യങ്ങൾ ആസ്വദിക്കാൻ കഴിയുന്നത് ആ കാലഘട്ടത്തിൽ ജനിച്ചതുകൊണ്ടാണ്. അതുകൊണ്ടു എനിക്ക് ഷഷ്ടിപൂർത്തി കഴിഞ്ഞതിൽ ഒരു കുണ്ഠിതവുമില്ല.

പിന്നെ അമ്മയോടൊപ്പം ഏലൂർ തിയേറ്ററിൽ കണ്ട "ഓടയിൽ നിന്നും" കുട്ടിക്കുപ്പായം" ഇതൊക്കെ ഓർമ്മയിൽ തങ്ങി നില്കുന്നു. കുഞ്ഞായ ഞാൻ തിയേറ്ററിന്റെ ഏറ്റവും മുൻപിൽ പോയിരിക്കാൻ വാശിപിടിച്ചു കരഞ്ഞ കാര്യം ഓർമയുണ്ട്. ഈ ഓർമകൾ മരിക്കുകയില്ല, ഈ പാട്ടുകൾ പോലെ.

എന്തൊക്കെയായാലും ഇളം കാറ്റിൽ കുഞ്ഞോളങ്ങൾ നൃത്തമാടുന്ന ഈ നദിയുടെ, ഈ മനോഹര തീരത്തു ഒരു ജന്മം കൂടി ആഗ്രഹിക്കാത്ത ഏതു ആലുവക്കാരനുണ്ടാവും? ഏതു കേരളീയാനുണ്ടാവും? ഏതു ഭാരതീയനുണ്ടാവും?

ഞങ്ങളുടെ ജീവിതത്തിനു മാറ്റുകൂട്ടിക്കൊണ്ടു, സന്തോഷത്തിന്റെ മഴവില്ലു തെളിയിച്ചു കൊണ്ട് ഇപ്പോൾ ഒരാൾ കൂടി ആഗതനായിരിക്കുന്നു, ദേവ് എന്ന പൗത്രൻ. നാണു എന്ന ആനന്ദിന്റെയും, ശ്രീദേവിയുടെയും മകൻ. അവൻ വന്നതോടെ ജീവിതത്തിനു മറ്റു ചില മാനങ്ങൾ കൈവന്നു, പ്രഭാതങ്ങൾക്കു ചാരുത വർദ്ധിച്ചു, സായാഹ്നങ്ങൾ കൂടുതൽ ചേതോഹരങ്ങളായി, ദിനങ്ങൾക്ക് സുഗന്ധമേറിയപോലെ. ഇപ്പോൾ ഞങ്ങളുടെ ചിന്ത, സംസാരം, പ്രവർത്തി എന്നിവയുടെ ഭ്രമണപഥം അയാളെ ചുറ്റിപ്പറ്റിയായി. ചുരുക്കത്തിൽ ജീവിതത്തിനു കൂടുതൽ നിറം കൈവന്നപോലെ!

ഇതെല്ലാം അതെ താളത്തിൽ മുന്നോട്ടു ഗമിക്കട്ടെ എന്ന പ്രാർത്ഥനകളോടെ....

.. നന്ദി.

ലേഖനം

2

ഗുരുദക്ഷിണ

പ്രൊഫ (ഡോ) പി. മാധവൻ പിള്ള; ആൾക്കൂട്ടത്തൽ വേറിട്ട വ്യക്തിത്വം

2024 ജനുവരി 31-നു എൺപത്തിയാറാം വയസ്സിലേക്കു പ്രവേശിക്കുന്ന പ്രൊഫ (ഡോ.) പി. മാധവൻപിള്ളക്ക് കുസാറ്റ് MSc അപ്ലൈഡ് കെമിസ്ട്രി ഒന്നാം ബാച്ചിന്റെ പേരിൽ, ശിഷ്യൻ ഡോ. സി. പി. രഘുനാഥൻ നായർ സ്നേഹാദരങ്ങളോടെ മംഗളങ്ങൾ നേർന്നുകൊണ്ട് ഓർമ്മകൾ പങ്കിടുന്നു.

ഒരിക്കൽ സ്വാമി വിവേകാനന്ദൻ പറഞ്ഞു: വിദ്യാർത്ഥിയുടെ തലത്തിലേക്ക് പെട്ടെന്ന് ഇറങ്ങിച്ചെല്ലാനും അവന്റെ ആത്മാവിനെ വിദ്യാർത്ഥിയുടെ ആത്മാവിലേക്ക് മാറ്റാനും, വിദ്യാർത്ഥിയുടെ കണ്ണുകളിലൂടെ കാണാനും, അവനിലൂടെ കേൾക്കാനും കഴിയുന്ന ഒരാളാണ് യഥാർത്ഥ അധ്യാപകൻ".

സജ്ജനങ്ങൾ പറയുന്നു. ഒരു സുഹൃത്ത് നമ്മെ മനസ്സിലാക്കുന്ന, നമുക്ക് ആശ്രയിക്കാൻ കഴിയുന്ന ഒരാളാണ്. ഒരു അദ്ധ്യാപകൻ ഒരു സുഹൃത്തിന്റെ റോൾ ഏറ്റെടുക്കുകയാണെങ്കിൽ, പഠനം അത്യാവശ്യമായ ഒരു ബാധ്യതയായി മാറുകയും ആനന്ദകരമായി തോന്നുകയും ചെയ്യും. ഇത് മികച്ച പരസ്പര ധാരണയ്ക്കും, സുതാര്യതയിലും, വിശ്വാസത്തിലും അധിഷ്ഠിതമായ ബന്ധത്തിനും കാരണമാകുന്നു. അത്തരമൊരു ബന്ധം വിദ്യാർത്ഥികളുടെ മാനസികാരോഗ്യത്തിലും നല്ല സ്വാധീനം ചെലുത്തുന്നു. ഈ മാനദണ്ഡങ്ങളെല്ലാം ഏതാണ്ട് ഒത്തുചേരുന്ന ഒരേ ഒരു അധ്യാപകനെ ഞങ്ങൾ കണ്ടിട്ടുള്ളു. അത് വേറെയാരുമല്ല, കൊച്ചി സർവകലാശാല രസതന്ത്ര വകുപ്പിൽ നിന്ന് കാൽ നൂറ്റാണ്ടു മുമ്പ് ഔപചാരികമായി വിരമിച്ച, എന്നാൽ അദ്ധ്യാപനം ഒരു തപസ്സ്യയായി കണ്ട്, ഈ രംഗത്ത് അടുത്ത കാലം വരെ കർമ്മ നിരതനായിരുന്ന പ്രൊഫ: പി. മാധവൻ പിള്ള തന്നെ.

1977-ലാണ് ഞാൻ അദ്ദേഹത്തെ പരിചയപ്പെടുന്നത്. അമേരിക്കയിൽ ഓർഗാനിക് രസ തന്ത്രത്തിൽ ശാസ്ത്രജ്ഞനായിരുന്ന/ഗവേഷകനായിരുന്ന അദ്ദേഹം ആ സൗഭാഗ്യങ്ങളെല്ലാം വേണ്ടെന്നു വച്ച് കൊച്ചി സർവകലാശാലയിൽ രസതന്ത്ര

അധ്യാപകനായി ചേർന്നതായിരുന്നു. വെളുത്തു, അല്പം തടിച്ച, ഒരു 40 വയസ്സ് തോന്നിക്കുന്ന പ്രകൃതം. ഞാൻ എം. എസി പ്രവേശന കാര്യങ്ങളെപ്പറ്റി അന്വേഷിക്കാൻ ചെന്നതാണ്. കൊച്ചി സർവകലാശാല ആദ്യമായി രസതന്ത്രത്തിൽ ഒരു പോസ്റ്റ് ഗ്രാജുവേറ്റ് കോഴ്സ് തുടങ്ങുന്നത് അറിഞ്ഞാണ് ഞാനവിടെ എത്തിയത്. BSc–ക്കു റാങ്ക് ഉണ്ടായിരുന്നതിനാൽ പ്രവേശനം ഉറപ്പായിരുന്നു. പ്രൊഫ് പോൾ വടക്കുംചേരി, പ്രൗഢ–ഗംഭീരനായ അദ്ദേഹമാണ് ഡിപ്പാർട്ടമെന്റ് തലവൻ. അദ്ദേഹമോ? നൊബേൽ സമ്മാന ജേതാവായ കോറി–യുടെ സഹഗവേഷകനായിരുന്നു. പിന്നെ, സ്വന്തം പേരിൽ രാസപ്രതി പ്രവർത്തനം പുസ്തകങ്ങളിൽ രേഖപ്പെടുത്തിയിട്ടുള്ള പ്രൊഫ: പി. മാധവൻ പിള്ളയും.

എല്ലാവരും എന്റെ ഇഷ്ട വിഷയമായ ഓർഗാനിക് രസതന്ത്രത്തിൽ കെങ്കേമന്മാർ. അവിടെ എം എസി–ക്കു മാത്രമല്ല, ഗവേഷണത്തിനും സൗകര്യമുണ്ട്. അധ്യാപകരുടെ പ്രാഗൽഭ്യമായിരുന്നു ഏറ്റവും വലിയ ആകർഷണം. ഇന്നത്തെപ്പോലെയല്ല, അക്കാലത്തു കേരളത്തിൽ തന്നെ രസതന്ത്രത്തിൽ ബിരുദാനന്തര കോഴ്സുകൾ കുറച്ചു സ്ഥലങ്ങളിലേ ഉണ്ടായിരുന്നുള്ളു. എറണാകുളത്താണെങ്കിൽ മഹാരാജാസിലും, തേവര സേക്രഡ് ഹാർട് കോളേജിലും മാത്രം. എല്ലായിടത്തും പരിമിതമായ സീറ്റുകളും. വിദ്യാർത്ഥികളെ പരിശീലിപ്പിച്ചു അടുത്തുള്ള വ്യവസായ ശാലകളിൽ ആവശ്യമുള്ള മനുഷ്യ വിഭവം എത്തിക്കുകയെന്നതാണ് പ്രഥമ ഉദ്ദേശം, എന്ന് വടക്കുംചേരി സർ പറഞ്ഞപ്പോൾ ഞങ്ങൾ ഈ കോഴ്സിൽ കൂടുതൽ ആകൃഷ്ടരായി. ഇത് എല്ലാ തൊഴിലന്വേഷകരായ വിദ്യാർത്ഥികളും കേൾക്കാൻ ആഗ്രഹിക്കുന്ന കാര്യമാണല്ലോ. സാമ്പത്തീക പിന്നോക്കക്കാരനായ എന്നെ സംബന്ധിച്ചിടത്തോളം, പ്രധാന ആകർഷണം, കുസാറ്റിലേക്ക, വീട്ടിൽ നിന്നും ഒരു മണിക്കൂർ കൊണ്ട് നടന്നു എത്താവുന്ന ദൂരമേയുണ്ടായിരുന്നുള്ളു എന്നതായിരുന്നു. ജില്ലയിലെ മറ്റു കോളേജുകളായ മഹാരാജാസിലെക്കും, തേവര കോളേജിലേക്കും ഇപ്പറഞ്ഞത് അസാധ്യമായതിനാൽ ബസ്സ് കൂലി കുറഞ്ഞ ഇവിടതന്നെ ചേരാൻ ഞാൻ തീരുമാനിക്കുകയാണുണ്ടായത്.

ക്ലാസ് തുടങ്ങി. സഹപാഠികൾ മിക്കവാറും സാമ്പത്തികശേഷിയിൽ ഞാനുമായി യാതൊരു താരതമ്യവുമില്ലാത്തവർ. എനിക്ക് സാമാന്യം നല്ല തോതിൽ സാമ്പത്തീക അപകർഷത ബോധമുണ്ടായിരുന്നെങ്കിലും, സഹപാഠികളാരും അത് ലവലേശം എന്നോട് കാണിച്ചിരുന്നില്ലായെന്നതാണ് വാസ്തവം. എന്റെ രൂപമോ? വീട്ടിലെ ദാരിദ്ര്യം വളരെ പ്രകടമായി പ്രതിഫലിപ്പിച്ച രൂപം. കൈമുതലാട്ടിട്ടുള്ളത് ബി. എസ്സിക്ക് ലഭിച്ച റാങ്കും, രസതന്ത്രത്തോടുള്ള അമിതമായ ആവേശവും. പ്രകൃതിയിൽ കാണുന്നതെല്ലാം ഈ ശാസ്ത്രത്തിന്റെ വിളയാട്ടമായിട്ടേ എനിക്ക് തോന്നിയിരുന്നു ള്ളൂ. സൂര്യൻ, പ്രകാശം, വൃക്ഷ–ലതാതികൾ, അവയിലെ സങ്കീർണകളായ രാസവ സ്തുക്കൾ, പ്രകാശ സംശ്ലേഷണം, ഭൂമിയിലെ ജീവജാലങ്ങൾ, അന്തരീക്ഷം, വായു, മേഘങ്ങൾ, മഴ,

കടൽ ഇവയെല്ലാം തന്നെ രസതന്ത്ര കോണിലൂടെ വീക്ഷിച്ചപ്പോൾ ഒരു പ്രത്യേക താൽപ്പര്യം ഈ ശാസ്ത്ര ശാഖയോട് തോന്നിയിരുന്നു.

ഞാൻ പിള്ള സാറിനെ ശ്രദ്ധിച്ചു, അദ്ദേഹത്തിന് എന്തോ ഒരു പ്രത്യേകതയുള്ളതായി തോന്നി. വെള്ള ഷർട്ട്, ചെക്കുള്ള വെള്ള പാന്റ്. ഇതായിരുന്നു സ്ഥിരം വേഷം. പലരും തമാശ രൂപേണ പറയാറുള്ളത് പോലെ അദ്ദേഹത്തിന് ഒരു ജോഡി പാന്റും ഷർട്ടുമേ ഉണ്ടായിരുന്നുള്ളൂയെന്നു തോന്നുമായിരുന്നുവെന്ന്. ക്ളാസ് വളരെ ഹൃദ്യം. അനർഗളമായൊഴുകുന്ന രസതന്ത്രം, വളരെ സങ്കീർണങ്ങളായ തന്മാത്രകളുടെ സംശ്ലേഷണം എന്നിവ എത്ര അനായാസമായാണ് അദ്ദേഹം അവതരിപ്പിക്കാറുള്ളത്. ഞാനും അതെല്ലാം പെട്ടെന്ന് പിടിച്ചെടുത്തു. പഠിപ്പിച്ചകൊണ്ടിരുന്ന പല കാര്യങ്ങളും മുൻകൂറായി ഞാൻ മനസ്സിലാക്കിയിരുന്നു. ഇതു തന്നെയായിരുന്നു ഭൗതീക രസതന്ത്രത്തിന്റെ സ്ഥിതിയും. തപോ–ഗതിക സിദ്ധാന്തത്തിൽ (തെർമോ ഡൈനാമിക്സിൽ) ഞാൻ മുന്നേ തന്നെ നല്ല ഗ്രാഹ്യം നേടിയിരുന്നു. അതു കൊണ്ടാണ് ചൊവ്വ ഗ്രഹത്തിൽ ദ്രവജലം നിലനിൽക്കുകയില്ലയെന്നു ഞാൻ പിൽക്കാലത്തു സമർത്ഥിച്ചതും, തെളിയിച്ചതും പിന്നീട് ലോകം അത് അംഗീകരിച്ചതും.

1979–ൽ MSc അപ്ലൈഡ് കെമിസ്ട്രി പരീക്ഷ ഡിസ്റ്റിംക്ഷനോടെ, ഒന്നാം റാങ്ക് നേടി ഞാൻ പാസ്സായി, ഇവിടത്തെ അക്കാദമിക് ചുറ്റുപാടാണ് ഞാൻ ഉൾപ്പെടെയുള്ളവ രിൽ പലരിലും ഗവേഷണ ജ്വരം കുത്തിവച്ചത്.

എന്നെ പലപ്പോഴും പല കാര്യം കൊണ്ടും അത്ഭുതപ്പെടുത്തിയ ഒരപൂർവ വ്യക്തി ത്വമാണ് പ്രൊഫ് മാധവൻ പിള്ളയുടേത്. ഇത് എന്റെ മാത്രം അഭിപ്രായമാണെന്ന് ഞാൻ കരുതുന്നില്ല. എന്റെ സഹപാഠികൾക്കം ഇതേ അഭിപ്രായമാണെന്ന് എനിക്ക് ബോദ്ധ്യപെട്ടിട്ടുണ്ട്.

നല്ലൊരദ്ധ്യാപകനേക്കാളുപരി, മറ്റുള്ളവരുടെ ബുദ്ധിമുട്ട് കണ്ടു സഹായിക്കാനുള്ള ഒരു മനോഭാവത്തിന്റെ ഉടമയാണദ്ദേഹം (അതും യാതൊരു പ്രത്യുപകാര പ്രതീക്ഷയുമില്ലാതെ). മരുഭൂമിയിൽപ്പെട്ടുഴലുന്ന ഒരാൾക്ക് ഒരു വലിയ കുപ്പിയിൽ തണുത്ത വെള്ളം ലഭിച്ച പോലെയാണ് വിഷമഘട്ടത്തിൽ അദ്ദേഹത്തോട് സംസാരി ച്ചാൽ സംസാരിക്കുന്നയാൾക്കു തോന്നുക. ഇതിനു ഇതിൽ കൂടുതൽ വിശേഷണം വേണോ?

അദ്ദേഹത്തിൻറെ ഈ സൗമനസ്യ സ്വഭാവം, അതായത് നിർദ്ധനരെ ആവുന്നത്ര സാമ്പത്തീകമായി സഹായിക്കുകയെന്ന മനോഭാവം പിൽക്കാലത്തു കുറച്ചു എനിക്കും ലഭിച്ചിട്ടുണ്ടെന്ന് വേണം പറയാൻ.

കൊച്ചി സർവകലാശാലയിൽ പഠിച്ചുകൊണ്ടിരിക്കെ, എന്റെദയനീയ രൂപം കണ്ടിട്ടോ മറ്റോ സാമ്പത്തീകമായി എന്നെ സഹായിക്കാൻ കാട്ടിയ ആ വലിയ മനസ്സിന് എങ്ങനെ നന്ദിപറഞ്ഞു തീർക്കും? ഉദ്യോഗം ലഭിച്ച ഉടനെ എന്റെ മുൻ ഗണന ഈ പലിശരഹിത വായ്പ തിരിച്ചു നല്കുകയെന്നതായിരുന്നു.

അഞ്ചൽ എന്ന സ്ഥലത്തു ജനിച്ചു വളർന്ന അദ്ദേഹത്തിൻറെ കുഞ്ഞും നാളിലെ സാമ്പത്തീക അവസ്ഥയും എന്റെ കൗമാരപ്രായത്തിൽ ഉണ്ടായിരുന്നതിനു സമാനമായിരുന്നത്രെ.

ഏറ്റവും കൂടുതൽ കടപ്പാട് തോന്നിയത്, ഞാൻ ആദ്യമായി യൂറോപ്പിലേക്ക് യാത്ര പോവാൻ തയാറെടുക്കുന്ന സമയത്താണ്. മുപ്പത്തടമെന്ന ഗ്രാമവും, തിരുവനന്തപുരമെന്ന നഗരവും മാത്രം പരിചയിച്ചിട്ടുള്ള ഞാൻ, സർക്കാരിന്റെ ശാസ്ത്ര–വിനിമയ പദ്ധതിപ്രകാരം ആദ്യമായി ഫ്രാൻസിലേക്ക് പോകാൻ തിരഞ്ഞെടുക്കപ്പെട്ടപ്പോൾ, എനിക്ക് വേണ്ട നിർദ്ദേശങ്ങളും മറ്റും തന്നു എന്നെ മാനസീകമായി തയ്യാറെടുപ്പിച്ചത് ഈ അപൂർവ വ്യക്തിയാണ്. വിദേശത്തുപോകുന്ന എനിക്ക് മിനിമം ചിലവിൽ എന്തെല്ലാം വാങ്ങണം, കൊണ്ടു പോണം എന്നൊന്നുമറിയില്ലാത്ത അവസ്ഥ. അന്ന് ആളുകൾ വിദേശത്തു പോകുന്നത് തന്നെ വളരെ അപൂർവം. പക്ഷെ ഞാൻ എറണാകുളത്തു സാധനങ്ങൾ വാങ്ങാൻ പോയപ്പോൾ സ്വമേധയാ അദ്ദേഹവും, സഹധർമ്മിണി സുധ "ടീച്ചറും" എന്റെ കൂടെ വന്നു ബാഗ്, പ്രത്യേക വസ്ത്രങ്ങൾ എന്നിവ തിരഞ്ഞെടുത്തു തന്നത് എങ്ങനെ മറക്കും? മറ്റുള്ളവർക്കു വളരെ നിസ്സാരമെന്നു തോന്നുമെങ്കിലും, എന്നെ സംബന്ധിച്ചിട ത്തോളം, അത് ഒരിക്കലും, ഒരിക്കലും മറക്കാൻ പറ്റാത്ത കാര്യമായിരുന്നു.

ഗുരുവും ശിഷ്യനും; ലേഖകനും(വലത്ത്) പ്രൊഫ് മാധവൻ പിള്ളയും

ഒരു അദ്ധ്യാപകനെന്നതിലുപരി, എപ്പോഴും രസികത്വവും, നർമവും ഇടകലർന്ന ഇടപെടലും, സഹജീവികളോടുള്ള സഹാനുഭൂതിയും, ദയയും, മറ്റുള്ളവരെ സഹായിക്കാനുള്ള മനസ്സും, (പിന്നെ എന്തൊക്കെയോ വിശേഷണങ്ങളും) ഒക്കെ അദ്ദേഹത്തെ ആൾക്കൂട്ടത്തിൽ വേർതിരിച്ചു നിർത്തുന്നു. കൃത്യമായി പറഞ്ഞാൽ 45 കൊല്ലത്തെ പരിചയം, അത് അദ്ധ്യാപക–വിദ്യാർത്ഥി ബന്ധമോ, പിതൃ–പുത്ര,

സഹോദര–സഹോദര സ്നേഹമോ, എന്തോ എനിക്ക് വിശദീകരിക്കാൻ പറ്റുന്നതിനും അപ്പുറമാണ്. യാദൃശ്ചികമായിട്ടാണോ, ഒരു നിയോഗം പോലെയോ മഞ്ജുവുമായുള്ള എന്റെ വിവാഹത്തിന് ഒരു പരിചയപ്പെടുത്തലിനു നിമിത്തമായത് അദ്ദേഹമാണ്. ഒരാളുടെ ജീവിതത്തിൽ അയാളുടെ ഭാര്യ അല്ലെങ്കിൽ ഭർത്താവ് തന്നെയാണ് മുഖ്യ വ്യക്തി. അതുകൊണ്ടു എന്റെ ഭാര്യയെ അതിനു മുമ്പ് പരിചയപ്പെടുത്തിയതിന്റെ കടപ്പാടും കൂടെ ഈ അധ്യാപകനോട് എനിക്കുണ്ട്.

വാസ്തവത്തിൽ, പിള്ള സാറിനെ റോൾ മോഡൽ ആയിക്കണ്ട എനിക്ക് അദ്ദേഹത്തെപ്പോലെ ഡോക്ടറേറ്റ് ഒക്കെ എടുത്തു ഒരു അധ്യാപകനോ, ഗവേഷകനോ ആകണമെന്ന ആഗ്രഹം അന്നേ തോന്നിയിരുന്നു. ഈ ആഗ്രഹമാണ് പിൽകാലത്തു എന്റെ ശ്രമങ്ങൾ ഈ ദിശയിലേക്കു തിരിച്ചുവിടാൻ ഹേതുവായതു. അങ്ങനെ ഫ്രാൻസിലെ ലൂയി പാസ്റ്റർ സർവകലാശാലയിൽ നിന്ന് ഉയർന്ന ഗ്രേഡോടെയുള്ള ഡോക്ടറേറ്റും, തുമ്പ ബഹിരാകാശ കേന്ദ്രത്തിലെ ഗവേഷണോദ്യോഗവും, രസതന്ത്ര വിദഗ്ധനായി രാജ്യമൊട്ടുക്കും, ഇപ്പോൾ ലോകമൊട്ടുക്കും അംഗീകരിക്കപ്പെട്ടതും, എല്ലാത്തിനും വേണ്ട പ്രചോദനത്തിന്റെ പ്രഭവകേന്ദ്രം ഈ വ്യക്തി തന്നെ. ISRO –ൽ നിന്നും ഡെപ്യൂട്ടി ഡയറക്ടർ ആയാണ് ഞാൻ വിരമിച്ചത്. നിലവിൽ കുസാറ്റിലെ എമെറിറ്റസ് പ്രൊഫസറും. ഈ സ്ഥാനങ്ങളിലെല്ലാം എത്തുമ്പോളും ഈ ഏകലവ്യ മനസ്സിലെ ദ്രോണാചാര്യരായിരുന്നു മാധവൻ പിള്ള സർ.

എന്റെ മറ്റൊരു സഹപാഠി ഡോ. രാജമോഹനന്റെ കാഴ്ചപ്പാടിൽ "മാധവന്പിള്ള സർ ഒരേ സമയം ഒരധ്യാപകന്റെയും, സുഹൃത്തിന്റെയും, രക്ഷിതാവിന്റെയും റോളിലാണ് വർത്തിച്ചിട്ടുള്ളത്. അദ്ദേഹവുമായുള്ള അടുപ്പം കുസാറ്റ് വിട്ടിട്ടും കൂടിക്കൂടി വന്നതേയുള്ളു. അവരുമായി സംസാരിക്കുമ്പോളും മറ്റും കിട്ടുന്ന മനസ്സുഖം മറ്റൊരിടത്തും ലഭ്യമല്ല. ഡിപ്പാർട്ട്മെന്റിൽ നിന്ന് പുറത്തു കടക്കുമ്പോഴേക്കും ഞങ്ങൾ അദ്ദേഹത്തിന്റെ കുടുംബാംഗങ്ങളായി മാറിയിരിന്നു. വിദ്യാഭ്യാസ കാലത്തെ അവിസ്മരണീയമാക്കിയ ഒരു സംഭവം പിള്ള സാറും ഭാര്യയും, ഞങ്ങളുടെ അഖിലേന്ത്യാ പഠനയാത്രയിൽ പങ്കാളികളായതാണ്. ഞങ്ങളോടുള്ള അവരുടെ വാത്സല്യം കൂട്ടുവാനും അത് വഴി തെളിച്ചു". "കുസാറ്റിലെ ജോലി സമയം കഴിഞ്ഞുള്ള വൈകുന്നേരങ്ങളിൽ ഞങ്ങളോടൊപ്പം ബാഡ്മിന്റൺ കളിക്കാൻ അദ്ദേഹം അതീവ തത്പരനായിരുന്നു". ആ കുടുംബം അർഹിക്കുന്ന രീതിയിൽ അവരുടെ കുടുംബത്തിൽ വിടർന്ന രണ്ടു സുന്ദര കുസുമങ്ങൾ; മായയും, മനോജും. അവരിൽ മകൾ എഞ്ചിനീയറായും, മകൻ ഉയർന്ന ഡോക്ടർ ആയും അമേരിക്കയിൽ ആണിപ്പോൾ.

എന്റെ മലയാളിയല്ലാത്ത സഹപാഠിയായ ശ്രീ ഷൺമുഖത്തെ ഉദ്ധരിച്ചാൽ: "അദ്ദേഹത്തിന്റെ അദ്ധ്യാപന രീതിയും, പൊതുവെയുള്ള സൗമ്യ സമീപനവും, ഞ

ങ്ങൾക്ക് മാർഗ്ഗദര്ശമാവുകയും, രസതന്ത്രത്തെ നിഗൂഢമല്ലാതാക്കുകയും ചെയ്തു. എന്റെ അധ്യാപനവൃത്തിക്കിടെയുണ്ടായ വെല്ലുവിളികളെ നേരിടാൻ അത് എന്നെ പ്രാപ്തനാക്കി. എനിക്ക് ലഭിച്ച അദ്ധ്യാപന രംഗത്തെ നിരവധി പുരസ്കാരങ്ങൾക്ക് അത് നിമിത്തമായി. ഇതൊക്കെ മതി അങ്ങയുടെ മഹത്വം തിരിച്ചറിയാൻ."

എം ജി സർവകലാശാലയിലെ പ്രൊഫ് സുരേഷ് മാത്യു പറയുന്നു "എന്നെ എം എസി ക്കു പഠിപ്പിച്ച പിള്ള സാറിനെ കാണുമ്പോൾ എന്റെ മനസ്സിൽ തോന്നുന്നത് ഒരധ്യാപകനോടുള്ള വികാരം മാത്രമല്ല. എന്റെ പിതൃ–സഹോദര–സ്നേഹിതന്റെ സ്ഥാനത്തെ ഒരാളെ കാണുന്നപോലെ മനസിന് ഒരു കുളിർമ തോന്നുകയാണ്. എ ന്താണ് ആ മാസ്മേരിക പ്രതിഭാസമെന്നെനിക്കിതുവരെ വിശദീകരിക്കൻ പറ്റിയിട്ടില്ല." ഇതു തന്നെയാണ് നിലവിൽ കുസാറ്റിലെ രസതന്ത്ര വിഭാഗം അദ്ധ്യാപകനായ പ്രൊഫ്: പ്രതാപനും, മുൻ അദ്ധ്യാപകനായരുന്ന പ്രൊഫ്: യൂസഫിനും മാധവൻ പിള്ള സാറിനെക്കുറിച്ച് ഏറെക്കുറെ പറയാനുള്ളത്. അതെ, ഇത്തരം അപൂർവ വ്യക്തിത്വ ങ്ങൾ ആയിരം വർഷത്തിലൊരിക്കൽ മാത്രം ജന്മം കൊ ള്ളുന്നവരിൽ ഉൾപ്പെടുന്നു.

മാധവൻ പിള്ള സാറിന് ആയുരാരോഗ്യ സൗഖ്യം നേരട്ടെ!

ലേഖനം

3

വീണ്ടും ചില ശാസ്ത്ര ചിന്തകൾ: ഭക്ഷണം വിഷമാകുമ്പോൾ

ഓരോ നാട്ടിലും അവിടെ ലഭ്യമായ ഭക്ഷണ സാധനങ്ങൾ പാകപ്പെടുത്തുന്നതിനും ഭക്ഷിക്കുന്നതിനും എല്ലാം ചില ചിട്ടകൾ ഉണ്ടാക്കിയിട്ടുണ്ട്. പരിചയം കൊണ്ടും, പരമ്പരാഗതമായി നേടിയ അറിവ് കൊണ്ടും ഭക്ഷ്യ യോഗ്യമായതും അല്ലാത്തതും ആയ പദാർഥങ്ങൾ തിരിച്ചറിഞ്ഞു അവ എപ്പോൾ, കഴിക്കാമെന്നും നിഷ്കർഷിച്ചിട്ടുണ്ട്. ആഹാരത്തിന്റെ മണം മണം, രുചി ഇവയെല്ലാം വളരെ പ്രധാനമാണ്. ആഹാരം ആസ്വദിക്കുന്നതിൽ പ്രധാനമായി നാല് ഘടകങ്ങളുണ്ട്. ആഹാരത്തിന്റെ മണം, നിറം, അത് സ്പര്ശിക്കുമ്പോളുണ്ടാകുന്ന അനുഭൂതി, അതിന്റെ രുചി എന്നീ ഘടകങ്ങളൊക്കെ അനുകൂലമായിരുന്നാൽ അത് ദഹനത്തെ വളരെ സഹായിക്കും. അതിനുള്ള കാരണം ഇത്തരം കൊതിയൂറുന്ന ഭക്ഷണം ദര്ശിക്കുമ്പോളോ, സ്പർശിക്കുമ്പോമ്പോളോ അല്ലെങ്കിൽ അതിന്റെ ഗന്ധം നാസാ രന്ധ്രങ്ങളിൽ പതിക്കുമ്പോളോ വായിൽ വെള്ള മൂറുന്നത് ശ്രദ്ധിച്ചിട്ടി ല്ലേ? ഈ ഉമിനീർ ദഹനപ്രക്രിയയെ വളരെയധികം സഹായിക്കും എന്നതാണ് വാസ്തവം.

എന്നാൽ മേൽപ്പറഞ്ഞ ഘടകങ്ങൾ അനുകൂലമാണെങ്കിൽ തന്നെ ചില ആഹാരങ്ങൾ ഒത്തു ചേർന്നു കഴിച്ചാൽ ആമാശയത്തിൽ അവ ആരോഗ്യ പ്രശ്നങ്ങളുണ്ടാക്കാറുണ്ട്. പണ്ടേ മുതലുള്ള ഒരു വിശ്വാസമാണ് ചില ആഹാരങ്ങൾ ഒത്തു ചേർന്ന് കഴിച്ചുകൂടാ എന്ന്. ഇവയെയാണ് വിരുദ്ധാഹാരമെന്നു വിളിക്കുന്നത്. ഈ കുലത്തിൽ പെട്ട ധാരാളം ആഹാരങ്ങളെ പറ്റി പറയപ്പെടുന്നുണ്ടെങ്കിലും ഇതിൽ കുപ്രശസ്തി ആർജിച്ച ഒരു ജോഡിയാണ് ചെമ്മീനും, നെല്ലിക്ക അല്ലെങ്കിൽ നാരങ്ങാ നീരും എന്താണിതിനു കുഴപ്പം? എന്തുകൊണ്ടാണ് പണ്ടുമുതലേ ഇതിനെയൊക്കെ വിരുദ്ധാഹാരമെന്നു വിളിക്കുന്നത്? ഇതിൽ ശാസ്ത്രീയ സത്യങ്ങൾ വല്ലതും ഉണ്ടോ?

മീൻ എന്ന് പറയുമ്പോൾ ഞണ്ട്, ഞവണിക്ക, ശംഖു, ചെമ്മീൻ, ആമ എന്നീ ജലജീവികളും പെടും. മീൻ മുള്ളും, മേൽപ്പറഞ്ഞ മറ്റു കടല്ജീവികളുടെ പുറംതോടും ഉണ്ടാക്കിയിരിക്കുന്നതിന്റെ ഒരു പ്രധാന ഘടകം കാൽസ്യം ഫോസ്ഫേറ്റ് എന്ന രാസ

സംയുക്തമാണ്. വെള്ളത്തിൽ ലയിച്ചിട്ടുള്ള കാൽസിയം, ഫോസ്ഫോറസ് എന്നീ മൂലകസംയുക്തങ്ങൾ ജൈവ സംശ്ലേഷണത്തിലൂടെ സംയോജിച്ചുണ്ടാവുന്നതാണു കാൽസിയം ഫോസ്ഫേറ്റ്. ആവർത്തന പട്ടികയിൽ നൈട്രജൻ കുടുംബത്തിലെ അംഗങ്ങളായ ഫോസ്ഫോറസിനോട് രാസപരമായി വളരെയധികം സാമ്യമുള്ള ആഴ്സെനിക്, കടൽ–കായൽ വെള്ളത്തിൽ വളരെ കുറഞ്ഞതോതിൽ കണ്ടെന്നു വരാം. ഫോസ്ഫോറസിനോട് സാമ്യമുള്ളതു കൊണ്ട് ആര്സെനിക് എന്ന മൂലകം ജൈവസംശ്ലേഷണ സമയത്തു കാൽസ്യത്തിനോട് ചേർന്ന് കാൽസ്യം ഫോസ്ഫേറ്റിന്റെ കൂടെ കാൽസ്യം ആർസെനറ്റും കൂടി സംശ്ലേഷണം ചെയ്യപ്പെടും. ഇത് സ്വാഭാവികമായും ഈ കടൽജീവികളുടെ എല്ലിന്റെയും മുള്ളിന്റെയും ഭാഗമായി തീരുകയും ഈ ജീവികളെ ഭക്ഷിക്കുന്നുന്നതിലൂടെ നമ്മുടെ ശരീരത്തിൽ ഇവ പ്രവേശിക്കുകയും ചെയ്യും.

ആര്സെനിക് സംയുക്തങ്ങൾ പൊതുവെ വിഷ കുടുംബത്തിൽപ്പെട്ടതാണ്. എന്നാൽ, ജലത്തിൽലയിക്കാത്തതുകൊണ്ട് കാൽസ്യംആർസെനേറ്റ് ഉപദ്രവകാരിയല്ല.ശരീരത്തിൽ പ്രവേശിക്കുന്ന ഇത് ഒന്നിലും ലയിക്കാതെ, ഒന്നുമായും പ്രതിപ്രവർത്തിക്കാതെ, യാതൊരു കുഴപ്പവുമുണ്ടാക്കാതെ ശരീരത്തിൽ നിന്നും വിസര്ജിക്കപ്പെട്ടോളും. പക്ഷെ, ഇതെപ്പോഴും സംഭവിക്കണമെന്നില്ല.

ന്യൂനീകരണ സ്വഭാവം (reducing property) കാണിക്കുന്ന ചില രാസ വസ്ത്തുക്കളുടെ സാന്നിദ്ധ്യത്തിൽ, ഉയർന്ന അമ്ല അവസ്ഥയിൽ (കുറഞ്ഞ pH –ൽ) കാൽസ്യം ആർ സെനേറ്റ് ന്യൂനികരിക്കപ്പെട്ടു ആഴ്സീൻ (Arsine, രാസ ഫോർമുല: AsH_3) എന്ന മാരക വാതകം ജനിപ്പിക്കപ്പെടും. ഇതപകടം വിളിച്ചു വരുത്തും. ഈ ന്യൂനീകരണ വസ്തുക്കളുടെ കൂട്ടത്തിൽ ഒന്നാം സ്ഥാനത്തു ജീവകം സി (വൈറ്റമിൻ സി) എന്ന ആസ്കോര്ബിക് ആസിഡ് ആണ്. അതായത് ചെമ്മീൻ, കൊഞ്ച് തുടങ്ങിയവയും വൈറ്റമിൻ–സി–യും ചേർന്ന് കഴിച്ചാൽ, ആമാശയത്തിലെ അത്യമ്ലാവസ്ഥ ഉത്തമ സാഹചര്യം ഒരുക്കുന്നതിനാൽ മേൽപ്പറഞ്ഞ പ്രതിപ്രവർത്തനം വഴി ആഴ്സീൻ ഉണ്ടായി അപകടം ഉണ്ടാവാം. ജീവകം–സി മാത്രമല്ല ഈ സ്ഥിതിയുണ്ടാക്കാൻ കെല്പുള്ളത്. സമാന രീതിയിലുള്ള പ്രതി പ്രവർത്തനം കാഴ്ച വക്കാൻ കെല്പുള്ള, നാരങ്ങ (ഇതിലെ ഘടകം സിട്രിക് അമ്ലം), കുടംപുളി (ഹൈഡ്രോക്സി സിട്രിക് അമ്ലം), ഗ്ലൂക്കോസ്, പാൽ (ലാക്ടോസ്), മോര് (ലാക്ടിക് അമ്ലം) തുടങ്ങിയവയും ഇതിൽ ഉൾപ്പെടും. ഇത്തരം കൂട്ട് ആഹാരം അപകടം വിളിച്ചു വരുത്തുന്നതിന്റെ ശാസ്ത്രം ഇതാണ്. ഇതെപ്പോഴും സംഭവിക്കണമെന്നില്ല. ഒന്നാമത് ആഴ്സ്നെറ്റ് സംശ്ലേഷണം ചെയ്യപ്പെടണം, ആമാശയം അത്യമ്ലാവസ്ഥ പ്രദാനം ചെയ്യണം, കൂടാതെ, മേൽപ്പറഞ്ഞ ന്യൂനീകരണ സംയുക്തങ്ങളുടെ മതിയായ അളവിലുള്ള സമന്വയമുണ്ടാവണം. അതായത് ഈ പ്രതിപ്രവർത്തനത്തിനു അനുകൂലമായ തപോ–ഗതിക– ചലനാത്മക

(തെർമോ–ഡൈനാമിക് & കൈനറ്റിക്) സാഹചര്യം ഒത്തു വരണം. ഇതെല്ലാം കൂടെ ഒത്തുവരാനുള്ള സാദ്ധ്യത വിരളമല്ലാത്തതിനാൽ നാം ശ്രദ്ധിക്കേണ്ടതുണ്ട് എന്ന് സാരം. ആഴ്സനെറ്റും ജീവകം–സിയും തമ്മിലുള്ള പ്രതിപ്രവർത്തനം ഒരുത്തമ റിഡോക്സ് പ്രവത്തനത്തിനു ഉദാഹരണമാണ്.

4 Ascorbic acid (AA) ⟶ 4 Dehydro AA + $8H^+$+8e

$(AsO_4)^{3-}$+ $8e^-$+ $11H^+$ ⟶ AsH_3 + $4H_2O$

$(AsO_4)^{3-}$ + $3H^+$ +4AA ⟶ AsH_3 + +$4H_2O$ + 4 dehydro AA

ഇവിടെ ന്യൂനീകരണം നടത്തുന്നത് ജീവകം സി–യോ, സമാന വസ്ത്തുക്കളോ ആവാം. അതുകൊണ്ട് ജീവകം–സിയുടെ സ്രോതസ്സായ നെല്ലിക്ക തുടങ്ങിയവയെയും ഈ കൂട്ടത്തിൽ നിന്ന് വർജിക്കണം. എല്ലാ രാസ സാഹചര്യങ്ങളും ഒത്തു വന്നാൽ മാത്രമേ ഈ പ്രതിപ്രവർത്തനം നടക്കൂ എന്നതുകൊണ്ട് മീനും മോരും ഒരുമിച്ച് കഴിച്ചാൽ ഉടൻ മരിക്കുമെന്നൊന്നും ആരും ഭയപ്പെടേണ്ടതില്ല. വളരെ അസിഡിക്കായ സാഹചര്യത്തിലെ ആർസീൻ ജനിപ്പിക്കപ്പെടുകയുള്ളൂ.

കടലാമയുടെ മാംസം ഭക്ഷിച്ച 32 പേരുടെ കൂട്ടമരണം കഴിഞ്ഞിട്ട് അമ്പത് വര്ഷം ആയതായി ചില പത്രങ്ങൾ വാർത്ത പുനഃ പ്രസിദ്ധീകരിച്ചത് വളരെ നന്നായി. അക്കാലത്തു ഇതിന്റെ കാരണങ്ങൾ അറിയാതെ ആ കേസ് തേഞ്ഞു മാഞ്ഞു പോയി. എന്നാൽ അന്നുണ്ടായ ആ ഭീകരാവസ്ഥ പലരുടെ മനസ്സിലും കടത്തി വിട്ട സംശയം ഇതെങ്ങിനെ സംഭവിച്ചവെന്നുള്ളതായിരുന്നു.

ഇന്ന് അതിനു, മേൽപ്പറഞ്ഞ രീതിയിലുള്ള ഉത്തരം നൽകാവുന്നതേയുള്ളു. ഇപ്പോഴും സംഭവിച്ചു കൊണ്ടിരിക്കുന്ന ഇത്തരം മരണങ്ങൾ നിഗൂഢമായ (അജ്ഞാത) കാരണമെന്ന പേരിൽ ശ്രദ്ധിക്കപ്പെടാതെ പോയേക്കാം. ഇത്തരം മരണങ്ങൾ ഒറ്റപ്പെട്ട സംഭവമായി ഇപ്പോഴും റിപ്പോർട്ട് ചെയ്യപ്പെടുന്നുണ്ട്. അജ്ഞാത കാരണമെന്നു പറഞ്ഞു അത്തരം കേസുകൾ അതോടെ മാഞ്ഞുപോകുന്നതാണ്.

കുറച്ചു നാൾ മുമ്പ് “മാതൃഭൂമി”യിൽ” വിരുദ്ധ ആഹാരങ്ങളുടെ സാധ്യമായ ശാസ്ത്രവശം” പരിശോധിച്ചു അതിനു രസതന്ത്രപരമായ വിശദീകരണം നൽകാൻ ശ്രമിച്ച ഈ ലേഖകനെ “പീറ” കാരണങ്ങൾ പറഞ്ഞു വൈകാരികമായി

വിമര്ശിച്ചവരുണ്ട്. ഇതിൽ പറഞ്ഞ കാര്യങ്ങൾ അപകട സാധ്യതയുള്ള പരീക്ഷണം നടത്തി തെളിയിക്കാവുന്നതേയുള്ളു. ശാസ്ത്ര സത്യങ്ങൾ പലതും ആദ്യം കടലാസ്സിൽ തന്നെയാണ് പരീക്ഷണ– വിശകലനത്തിന് വിധേയമാവുന്നത്. ചിലതു പരീക്ഷിക്കാൻ അത്ര എളുപ്പമല്ല. ഒരു തരത്തിലുള്ള സാമ്യമില്ലെങ്കിലും $E=mC^2$ എന്ന് ആൽബർട്ട് ഐൻസ്റ്റൈൻ കടലാസ്സിൽ സമർദ്ധിച്ച ശേഷമാണല്ലോ അതുപയോഗിച്ചുള്ള അറ്റോമിക് എനർജി പ്ളാന്റുകളും മറ്റും സ്ഥാപിക്കപ്പെട്ടത്.

ലേഖനം

4

തോൽപ്പിക്കേണ്ടത് പ്ലാസ്റ്റിക്കിനെയാണോ?

ലോക പരിസ്ഥിതി ദിനത്തിൽ സാധാരണ എല്ലാവരും ആഹ്വാനം ചെയ്യുന്നതു പ്ളാസ്റ്റിക്കിനെതിരെ ഗദ എടുക്കുവാൻ ആണല്ലോ. പ്ളാസ്റ്റിക് എന്താണെന്നോ, എന്തിനാണെന്നോ പൂർണ്ണമായി മനസ്സിലാക്കാതെ അന്ധമായ ചില വിരുദ്ധ ധാരണകളുടെ അടിസ്ഥാനത്തിൽ പത്ര–മാധ്യമങ്ങളുടെ ആഭിമുഖ്യത്തിൽ നടത്തപ്പെടുന്ന ഇത്തരം ആഹ്വാനങ്ങളും, ആക്രോശങ്ങളും എത്രമാത്രം യുക്തിസഹമാണ് എന്ന് ആഹ്വാനം നടത്തിയവർ തന്നെ ആലോചിക്കേണ്ടതാണ്. പ്ളാസ്റ്റിക്കിനെ ഒരു വർഗ ശത്രുവായി പ്രഖ്യാപിക്കുന്നതിന് മുന്നേ അതിന്റെ ചില നല്ല വശങ്ങൾ കാണാതെ പോയി എന്നതാണ് വാസ്തവം. വര്ജിക്കേണ്ടത് പ്ളാസ്റ്റിക്കിനെയാണോ അതോ അവയെ ദുർവിനിയോഗം ചെയ്യേണ്ടവരെയോ, എന്നൊന്നാലോചിക്കുന്നത് നന്നായിരിയ്ക്കും.

പ്ളാസ്റ്റിക്കിനെ കാരണമറിയാതെ കണ്ണടച്ച് എതിർക്കുക എന്നത് ഇന്നത്തെ ഒരു ശൈലിയായി മാറിയിട്ടുണ്ട്. അബദ്ധ ജഡിലമായ ചില മിഥ്യ–ധാരണകളിൽ നിന്ന് ഉരുത്തിരിഞ്ഞ വിചാര–വികാരങ്ങളാണ് ഇതിനെല്ലാം ആധാരം എന്ന് പറയാതെ തരമില്ല. അച്ചടിമാധ്യമങ്ങൾ നിരസിച്ച ഈ ലേഖനം സാമൂഹ്യ–ഇലക്ട്രോണിക് മാധ്യമത്തിലൂടെ പ്രകാശിപ്പിക്കാൻ കഴിഞ്ഞതിലുള്ള ചാരിതാർഥ്യം പ്രകടിപ്പിക്കട്ടെ. പ്രസദ്ധീകരിച്ചവരോട് നന്ദിയും.

ഇന്ന്, പാൽ മുതൽ എന്തിനു, ചാരായം വരെ പാക്ക് ചെയ്യാനും, ഭാരം കുറഞ്ഞ ഗൃഹോപകരണങ്ങളും, വാഹന ഭാഗങ്ങളും നിർമിക്കാനും ദൈനം ദിന ജീവിത ത്തിൽ അവശ്യമായിട്ടുള്ള, പ്ളാസ്റ്റിക്കെന്ന പോളിമറിനെ അന്ധമായി എതിർക്കാതെ യുക്തിയുക്തം മനസിലാക്കി മെരുക്കിയെടുക്കുകയാണ് ആവശ്യം. പ്ളാസ്റ്റിക് മാലിന്യങ്ങൾ മനുഷ്യ സൃഷ്ടിയാണ്, പ്ളാസ്റ്റിക്ക് സൃഷ്ടിയല്ല. ഉചിതമായ മാർഗത്തിലൂടെ അവയെ നിമജ്ജനം ചെയ്യുകയോ, ദഹിപ്പിക്കുകയോ ചെയ്തു ഇവയുണ്ടാക്കുന്ന മാലിന്യ പ്രശ്നങ്ങൾ പരിഹരിച്ച് ഇവയെ മനുഷ്യന്റെ ചങ്ങാതിയായിക്കാണാനാണ്

ഇനിയങ്ങോട്ട് നമ്മൾ ശ്രമിക്കേണ്ടത്. തലവേദനക്ക് പരിഹാരം ശിരച്ഛേദനമല്ല എന്ന തിരിച്ചറിവാണാവശ്യം.

പ്ളാസ്റ്റിക്കിന്റെ ലോകത്തിലേക്കു ഒരു തിരനോട്ടം:

ഇന്നത്തെ ജീവിതം ഈ നിലക്ക് ലഘുവും, സൗകര്യപ്രദവുമാക്കുന്നതിൽ പ്ളാസ്റ്റിക്കെന്ന പോളിമറുകൾ വഹിച്ച/വഹിക്കുന്ന പങ്കിനെ ആർക്കെങ്കിലും കുറച്ചു കാണാൻ കഴിയുമോ? പ്ളാസ്റ്റിക് ഇല്ലായിരുന്നെങ്കിൽ, ആഹാരസാധനങ്ങൾ, പാൽ, എണ്ണ എന്നിവ എങ്ങിനെ ഇത്ര സകര്യപ്രദമായി പാക്കുചെയ്യും? വീട്ടുപകരണങ്ങൾ, വാഹന ഘടകങ്ങൾ, വസ്ത്രം, ചെരുപ്പ്, ബാഗ് എന്നിവ എന്തുകൊണ്ടുണ്ടാക്കുമായിരുന്നു? ബലം കുറയാത്ത എന്നാൽ ഭാരം കുറഞ്ഞ പോളിമറുകളില്ലായിരുന്നെങ്കിൽ വിമാന–ബഹിരാകാശ വാഹന–ഉപഗ്രഹ ഭാഗങ്ങൾ എന്തുകൊണ്ടുണ്ടാക്കുമായിരുന്നു? നമ്മുടെ ജീവിത താള ചക്രം തന്നെ മാറ്റി മറിച്ച റബ്ബർ എന്ന പോളിമറില്ലായിരുന്നെങ്കിലോ? ആലോചനാതീതം! അല്ലെ? വ്യവസായ, ഇലക്ട്രോണിക്, വാർത്ത–വിനിമയ, ജൈവ–വൈദ്യ മേഖലകളിൽ വിപ്ലവം സൃഷ്ടിച്ച ഈ പോളിമറുകളെ ഇനി എങ്ങനെ തള്ളാനാവും? ചുരുക്കത്തിൽ, സാങ്കേതിക വിപ്ലവത്തിന് വഴിയൊരുക്കിയും, ജീവിത സൗകര്യം വർദ്ധിപ്പിച്ചും, ആരോഗ്യം പുഷ്ടിപ്പെടുത്തുന്നതിനും, ആയുസ്സു ദീർഘിപ്പിക്കുന്നതിനും കാരണഭൂതനായി, വ്യോമ–ബഹിരാകാശ യാത്ര, അന്യഗ്രഹ പ്രവേശം എന്നിവ സാധ്യമാക്കുക വഴി, മനുഷ്യനെ സ്വപ്നം കാണാൻ പഠിപ്പിച്ച ബഹുലക രസതന്ത്രം എന്ന പോളിമർ രസതന്ത്ര സാങ്കേതികത്വത്തെ ജീവതത്തിൽ നിന്നും ഒട്ടും മാറ്റിനിർത്താൻ പറ്റാത്ത വിധം അത് നമ്മുടെ ജീവിത ശൈലിയുടെ, സംസ്കാരത്തിന്റെ ഭാഗമായിരിക്കുന്നു. ഈ ശാസ്ത്ര മേഖലയാണ് ഇതര ശാസ്ത്ര മേഖലകളുടെ വളർച്ചക്ക് ഒരു മദ്ധ്യവർത്തിയെന്ന നിലയിൽ ധാരാളം സംഭാവനകൾ നൽകിയിട്ടുള്ളത്. ശിലായുഗവും, ഇരുമ്പുയുഗവും കഴിഞ്ഞു നമ്മൾ ഇപ്പോൾ പോളിമർ യുഗത്തിലാണ് എന്ന് പറയുന്നത് അതിശയോക്തിയെയല്ല! പ്ളാസ്റ്റിക്കിന്റെ സ്ഥാനത്തുപയോഗിക്കേണ്ടി വരുന്ന കടലാസിനും മറ്റും വേണ്ടി ലക്ഷോപ–ലക്ഷം വൃക്ഷങ്ങൾ നശിപ്പിക്കേണ്ടി വരുമായിരുന്നില്ലേ? ജീവ വായു നൽകി ഭൂമിയിൽ ജീവൻ നിലനിർത്തുന്ന ഈ വൃക്ഷങ്ങളെ നശിപ്പിക്കാതിരിക്കാൻ വഴി ഒരുക്കുന്ന പ്ളാസ്റ്റിക്കുകൾ എങ്ങനെ നമ്മുടെ മിത്രമല്ലാതാവും?

എന്താണ് പോളിമറുകൾ (Polymers)?

നമുക്ക് സുപരിചിതമായ വായു, വെള്ളം, പഞ്ചസാര, ഉപ്പു തുടങ്ങിയ രാസ വസ്തുക്കൾ ചെറിയ തന്മാത്രകൾ കൊണ്ട് നിറഞ്ഞതാണ്. നിരവധി തന്മാത്ര ഘടകങ്ങൾ ചേർന്ന ശൃംഖലയാണ് പോളിമർ. ഈ തന്മാത്രകളെ ഒരു ചങ്ങലയിൽ എന്നോണം കെട്ടിയി ട്ടാൽ അവയുടെ ഭൗതീക, രാസ സ്വഭാവങ്ങൾ വ്യത്യസ്തമായിരിക്കും. അനേകം തന്മാത്രകളെ ഇത്തരത്തിൽ കോർത്തിണക്കിയ ബൃഹത് അല്ലെങ്കിൽ രാക്ഷസ തന്മാത്ര എന്നർത്ഥം

വരുന്ന ബഹുലകം (Macromolecule, polymer) രണ്ടു പ്രധാന വർഗ്ഗങ്ങളായി കാണുന്നു. പ്രകൃത്യാൽ നിർമ്മിക്കപ്പെടുന്നവയും, മനുഷ്യ നിർമ്മിതവും. എല്ലാ സസ്യ ജീവജാലങ്ങളുടേയും ജനിതക രഹസ്യങ്ങൾ ക്രോഡീകരിച്ചിരിക്കുന്ന ഡി.എൻ.എ., നിലനില്പ്പിനാവശ്യമായ പ്രോട്ടീനുകൾ, സെല്ലുലോസ്, സ്റ്റാർച്ച്, റബ്ബർ, എന്നിവയും പ്രകൃതി രൂപപ്പെടുത്തി എടുത്ത പോളിമറുകളിൽ ചിലതു മാത്രം.

ഈ പദാർത്ഥങ്ങളുടെയെല്ലാം രാസഘടന മനസ്സിലാക്കിയെടുത്ത വൈജ്ഞാനികർ അതേ വിധത്തിലോ അല്ലെങ്കിൽ അതിലും മെച്ചപ്പെട്ടതോ ആയ പോളിമറുകൾ രാസപ്രക്രിയയിലൂടെ നിർമ്മിച്ചെടുക്കാൻ തുടങ്ങി. പ്ലാസ്റ്റിക് എന്ന പദം കൊണ്ട് പൊതുവായി ഉദ്ദേശിക്കുന്നത് ഇത്തരം കൃത്രിമ (Synthetic) പോളിമറുകളെയാണ്

ഗാർഹിക–വ്യവസായ ആവശ്യങ്ങൾക്കുള്ള ചില പ്ളാസ്റ്റിക് വിഭവങ്ങളുടെ ചിത്രം

പ്രശ്നങ്ങളുടെ തുടക്കം

ജൈവജീര്ണതയില്ലായ്മയാണ് പ്ലാസ്റ്റിക്കുകളുടെ മുഖമുദ്ര. എന്നാൽ ഇതുതന്നെയാണ് ഇവയുടെ ശാപവും. നല്ല ബലവും ഭാരക്കുറവും മൂലം യഥേഷ്ടം ഉപയോഗിക്കപ്പെടുന്ന പ്ളാസ്റ്റിക്ക് ഷോപ്പിംഗ് ബാഗുകൾ, വെള്ളക്കുപ്പികൾ എന്നിവ റോഡിലും തോടിലും വലിച്ചെറിയപ്പെടുകയും അവിടെ കുന്നു കൂടുകയും ചെയ്യുന്നു. പരിസരമ ലിനീകരണം നേരിട്ടുണ്ടാക്കുകയല്ല മറിച്ചു, അതിനു സാഹചര്യമൊരുക്കുന്നതിനാണ് പ്ളാസ്റ്റിക്കുകൾ പഴി കേൾക്കേണ്ടി വരുന്നത്. റോഡും തോടും നിറഞ്ഞു മറ്റു മാലിന്യങ്ങളെ അടിഞ്ഞു കൂടാൻ സഹായിക്കുന്നു എന്നതാണ് പ്രധാന ആരോപണം. അല്ലാതെ പ്ളാസ്റ്റിക്കുകൾ ദ്രവീകരണത്തിനു വിധേയമാവുകയോ, രോഗാണുക്കളുടെ വളർച്ചക്ക് സാഹചര്യമൊരുക്കുകയോ ചെയ്യാറില്ല. ഇതിനു പഴി പറയേണ്ടത് പ്ളാസ്റ്റിക്കുകളെയാണോ അതോ അതവിടെ വലിച്ചെറിഞ്ഞ “സംസ്കാര സമ്പന്ന” രെന്നവകാശപ്പെടുന്ന മനുഷ്യരെയാണോ?

പ്രശ്നങ്ങൾ വിവിധം

ഈയിടെ, വെള്ളം നിറച്ച പ്ളാസ്റ്റിക് കുപ്പികൾ പ്ളാസ്റ്റിക് കണികകൾ കൊണ്ട് നിറഞ്ഞു ആകെ പ്രശ്നമാണെന്ന രീതിയിലുള്ള ചില ഗവേഷണ റിപോർട്ടുകൾ കണ്ടു. "ചത്തത് കീചകനെങ്കിൽ കൊന്നത് ഭീമൻ" എന്ന കണക്കിന് പ്രതിസ്ഥാനത്തു പോളിമറുകൾ തന്നെ.

കുപ്പികളിലെല്ലാം അതുണ്ടാക്കപ്പെട്ട അടിസ്ഥാന പോളിമറിന്റെ കണികകൾ ആവശ്യത്തിൽ കൂടുതൽ കണ്ടു എന്നതാണ്. അതെങ്ങനെ പരിഹരിക്കാം എന്നൊന്നും ആരും പറഞ്ഞിട്ടുമില്ല. കുടിവെള്ളത്തിൽ ഒരു തരത്തിലുമുള്ള മാലിന്യങ്ങളും അനുവദിക്കരുത് എന്നതിന് രണ്ടു പക്ഷമില്ല. പക്ഷെ, ഈ കുപ്പികളിലെ വെള്ളത്തിൽ മറ്റെന്തെല്ലാം മാലിന്യങ്ങൾ ഉണ്ടായിരുന്നു എന്നതിനെപറ്റിയുള്ള മൗനം സംശയ ജനകമാണ്.

പ്ളാസ്റിക് കണികകൾ ഉരുക്കി, ഊതിവീർപ്പിച്ചാണ് സാധാരണ ഈ കുപ്പികൾ ഉണ്ടാക്കുന്നത്. അങ്ങനെ ചെയ്യുമ്പോൾ, കുറച്ചു പൊടി കടന്നു കൂടാനുള്ള സാധ്യതയുണ്ട്. ഇതെങ്ങനെ ഒഴിവാക്കാം? ശക്തിയായുള്ള മർദ്ദിത വായുവോ, ഉന്നത മർദ്ദത്തിലുള്ള വെള്ളം ചീറ്റിച്ചോ ഇത് പരിഹരിക്കാവുന്നതേയുള്ളൂ. ഉൽപ്പാദന സ്ഥലത്തു വച്ചുതന്നെ പരിശോധിച്ചു ഈ കുപ്പികളെ മൈക്രോസ്കോപിക് പഠനത്തിന് വിധേയമാക്കിയാൽ ഇത് ദൂരീകരിക്കാവുന്നതേയുള്ളു. അതുമല്ലെങ്കിൽ ആദ്യം നിറച്ച വെള്ളം *പുറത്തു* കളഞ്ഞ ശേഷം വീണ്ടും വെള്ളം നിറച്ചാലും മതി.

ഇനി ഈ പൊടികൾ അറിയാതെ ആമാശയത്തിൽ പ്രവേശിച്ചു എന്നു തന്നെയിരിക്കട്ടെ. പോളി എഥിലിൻ, പോളിപ്രൊപ്പിലീൻ തുടങ്ങിയവ ദഹിക്കാതെ വിസർജ്യ മാർഗേ ശരീരത്തിന് വെളിയിൽ പോകും. വെള്ളത്തിൽ കൂടി ആമാശയത്തിൽ കടക്കുന്ന പോളിഎഥിലീൻടെറിഫ്താലേറ്റ് (PET) കൊണ്ടുള്ള കുപ്പികളിലെ വലിയ തന്മാത്ര ഭാരമുള്ള പോളിമർ തന്മാത്രകൾ മേൽപ്പറഞ്ഞ പോളിമറുകളുടെ പാത പിന്തുടരും. വളരെ ചെറിയ തന്മാത്ര ഭാരമുള്ള കണികകൾ ഒരുപക്ഷെ കോശ ഭിത്തി ഭേദിച്ചു ശരീരത്തിൽ കടന്നു രാസപരിണാമത്തിനു (മെറ്റാബോളിസത്തിനു) വിധേയമായേക്കാം. ഈ ഉൽപ്പന്നങ്ങൾ വിഷമയമാണോ എന്നതാണ് പ്രശനം. ഇത്തരം പ്രശ്നങ്ങൾ, കുപ്പി ഏതു വസ്തു കൊണ്ട് ഉണ്ടാക്കപ്പെട്ടതാണെങ്കിലും സംഭവിക്കാം. സാധാരണ കുപ്പികളിലെ രാസവസ്തു സോഡിയം ബോറോസിലിക്കേറ്റ് ആണ്. ഇതിന്റെ ചെറിയ ഒരംശം വെള്ളത്തിൽ ലയിച്ചു പ്രശ്നത്തിന് കാരണമായേക്കാം. കുപ്പി കളിമണ്ണു കൊണ്ടുണ്ടാക്കിയതായാലും സ്ഥിതി അതുതന്നെ! കുപ്പി ലോഹം കൊണ്ടുള്ളതാണെങ്കിലോ? ഓക്സീകരണം വഴി

ദ്രവീകരണം സംഭവിച്ചു, കാലക്രമേണ പലരുടെയും ആമാശയത്തിൽ പ്രവേശിച്ചു ഗുരുതര ആരോഗ്യ പ്രശ്നമുണ്ടാക്കുകയില്ലേ.? ഗാൽവനൈസ് ചെയ്യപ്പെട്ട ഇരുമ്പു പോലും തുരുമ്പിക്കുന്ന അവസ്ഥക്ക് പരിഹാരമായി വന്ന, ദ്രവീകരണം സംഭവിക്കാത്ത പ്ളാസ്റ്റിക്കിനു പകരം വക്കാൻ ശാസ്ത്ര സമൂഹത്തിന്റെ കയ്യിലെന്തുണ്ട്?

മറ്റൊരവസരത്തിൽ, പാൽക്കവർ തിളയ്ക്കുന്ന വെള്ളത്തിലിട്ടു എളുപ്പത്തിൽ പാൽ ചായയുണ്ടാക്കുന്നതിനെ അറപ്പുളവാക്കുന്ന രീതിയിൽ ഒരാൾ വിമർശിച്ചെഴുതിയിരിക്കുന്നതു കണ്ടു. ഈ പ്രവർത്തിയിലൂടെ പ്ളാസ്റ്റിക് ആമാശയത്തിൽ ചെന്നേക്കാം അല്ലെങ്കിൽ അതിലെ വിഷാംശം ശരീരത്തിൽ പ്രവേശിച്ചു കിഡ്നിക്കും കരളിനും ദോഷമുണ്ടായേക്കാം എന്നൊക്കെയാണ് ആ കത്തിൽ പരാമർശിച്ചിരിക്കുന്നത്. ഇതൊക്കെയാണ് ജനങ്ങൾക്ക് ഭയപ്പാടുക്കാൻ വഴി തെളിക്കുന്നത്. പാൽകവർ, സാധാരണയായി ഉണ്ടാക്കപ്പെടുന്നത് ഉയര്ന്ന സാന്ദ്രതയുള്ള പോളി എഥിലീനെന്ന പൊളിത്തീൻ ഉപയോഗിച്ചാണ്. ഇതിന്റെ പ്രത്യേകത ഇതിനാൽ ഉണ്ടാക്കപ്പെടുന്ന കവറിനു, അന്തരീക്ഷത്തിൽ നിന്ന് ഏതെങ്കിലും വാതകമോ, ബാക്ടീരിയയെയോ അകത്തേക്ക് കടക്കുന്നതിനെ തടയാനുള്ള ശേഷി ഉണ്ടെന്നുള്ളതാണ്. പോളി എഥിലീനെ സംസ്കരിക്കുന്നതിനു സാധാരണയായി മറ്റു പോളിമറുകൾക്കെന്ന പോലെ പ്ളാസ്റ്റിസൈസർ ഒന്നും ആവശ്യമില്ല. പാൽകവറുണ്ടാക്കിയിരിക്കുന്നതു വലിയ തന്മാത്ര ഭാരമുള്ള പോളിഎഥിലീൻ കൊണ്ടുമാത്രമാണ്. ഇതിൽ പാൽ സൂക്ഷിച്ചാൽ മറ്റു ലോഹ, സ്ഫടിക പാത്രങ്ങളിൽ സൂക്ഷിച്ചാൽ ഉണ്ടാവാനിടയുള്ള ദോഷങ്ങൾ ഒന്നും സംഭവിക്കുകയില്ല. അതായത് പാലിൽ എണ്ണ, കൊഴുപ്പു ഘടകമുണ്ടെങ്കിലും അതുമൂലം ഈ പ്ളാസ്റ്റിക്കിൽ നിന്നും ഒന്നും ഇളകിവരാനില്ല. ഈ കവർ ചൂടുവെള്ളത്തിലോ, ആവിയിലോ ഇട്ടാൽ അത് ഉരുകിയേക്കാം എന്നല്ലാതെ അതിൽ നിന്ന് യാതൊന്നും തന്നെ വെള്ളത്തിലോ ആവിയിലോ ലയിക്കുകയില്ല. ഒരുപക്ഷെ പാൽകവർ ഉരുകി ഒരുകട്ടയായി പാലിൽ കിടന്നേക്കാം. രണ്ടു-മൂന്നു ദിവസം സമ്പർക്കത്തിലിരുന്നിട്ടും പാൽ കേടുവരാത്തതു അതിൽ നിന്ന് ഒന്നും പാലിൽ ലയിക്കാനില്ല എന്നത് കൊണ്ട് തന്നെയാണ്. പോളി എഥിലീനു പകരം വേറെയേതെങ്കിലും പ്ളാസ്റ്റിക്കാണെങ്കിൽ പാൽ ഉടൻ ചീത്തയാവും.

പരിഹാരം

പ്ളാസ്റ്റിക് നിത്യ ജീവിതത്തിന്റെ ഭാഗമായി മാറിയ സ്ഥിതിക്ക് അതുണ്ടാക്കുന്നുവന്നു പറയുന്ന പ്രശ്നങ്ങൾക്ക് എന്താണൊരു പോംവഴി? എല്ലാ പ്രശ്നങ്ങൾക്കുമെന്ന പോലെ പ്ളാസ്റ്റിക്കുണ്ടാക്കുന്നു എന്ന് പറയുന്ന പ്രശ്നനങ്ങൾക്കും പരിഹാരമുണ്ട്. ചില പ്രായോഗികമായ വശങ്ങൾ പരിശോധിക്കാം. വിവിധ ആവശ്യങ്ങൾക്ക് നമ്മളുപയോഗിക്കുന്ന പലതരം പ്ളാസ്റ്റിക്കുകളുണ്ട്. രാസപരമായ വ്യത്യാസം

കണക്കാക്കിയാണ് ഇവയെ വേർതിരിക്കുന്നത്. ഉദാഹരണത്തിന് ഷോപ്പിംഗ് ബാഗ്, പാൽ കവർ ഇവ പോളിത്തീൻ എന്ന പോളിഎഥിലീൻ കൊണ്ടാണ് നിർമിക്കപ്പെട്ടിട്ടുള്ളത്. ചിലപ്പോൾ പോളിപ്രൊപ്പിലീനും ഉപയോഗിക്കാറുണ്ട്. കുട്ടികളുൾക്കു പാൽകൊടുക്കുന്ന കുപ്പി പോളികാർബോണെറ്റ് കൊണ്ടും. വെള്ളക്കുപ്പിക്ക് സാധാരണ പോളിഎഥിലീൻ ടെറഫ്താലേറ്റന്ന PET ആണ് ഉപയോഗിക്കാറ്. പ്ലംബിങ് ആവശ്യങ്ങൾക്കു നല്ലപോലെ പ്ളാസ്റ്റിസൈസർ ചേർത്ത പി.വി.സി (P.V.C) എന്ന പോളിവിനൈൽ ക്ളോറൈഡും ഉപയോഗിക്കപ്പെടുന്നു. മിക്കവാറും സാധാരണക്കാരുടെ ആവശ്യങ്ങൾ ഇത്ര കൊണ്ടു കഴിയും. ഈ പ്ളാസ്റ്റിക്കുകൾ രൂപാന്തരപ്പെടുത്തുന്നതിനു പല ടെക്നിക്കുകളും ഉപയോഗിക്കാറുണ്ട്. രൂപാന്തര പ്രക്രിയയെ സഹായിക്കാനായി ചേർക്കുന്ന പ്രധാന ഘടകം, പ്ളാസ്റ്റിസൈസറുകൾ എന്ന താരതമ്യേന തന്മാത്രാഭാരം കുറഞ്ഞ ഓർഗാനിക് രാസവസ്തുക്കളാണ്. ഇവ വെള്ളത്തിൽ ലയിക്കുകയില്ല. എന്നാൽ കുപ്പിയിൽ നിറക്കപ്പെടുന്ന എണ്ണ, നെയ്യ്, തുടങ്ങിയവയിൽ അനായാസം ലയിക്കും. അതുകൊണ്ട് ആഹാരത്തിനു ഉപയോഗിക്കുന്ന ഒരു കാരണ വശാലും പ്ളാസ്റ്റിക്ക് കുപ്പിക്ളിൽ സൂക്ഷിക്കാൻ പാടില്ല. സാധാരണയായി പോളിത്തീൻ പോളിപ്രൊപ്പിലീൻ എന്നിവക്കു പ്ലാസ്റ്റിസൈസറുകളുടെ ആവശ്യമില്ല അത് കൊണ്ട് ഇത്തരം പാസ്റ്റിക്കുകളിൽ സൂക്ഷിക്കുന്ന എണ്ണ, പാൽ എന്നിവ സുരക്ഷിതമാണ്. ഒരു കാരണവശാലും പി. വി. സി. പ്ലംബിങ് ആവശ്യങ്ങൾക്കല്ലാതെ മറ്റൊന്നിനും ഉപയോഗിക്കാൻ പാടുള്ളതല്ല. PET കുടിവെള്ളം നിറക്കാൻ മാത്രം ഉപയോഗിക്കുക. പോളികാർബൊണെറ്റിൽ അടുത്തകാലത്ത് കണ്ടെത്തിയ ബിസ്ഫീനോൾ, എന്ന ഘടകം അതിനെ ശത്രു പക്ഷത്തിരുത്തിയിട്ടുണ്ട്. ചുരുക്കത്തിൽ സാർവത്രിക സ്വീകാര്യത നേടിട്ടിട്ടുള്ളത് PE, PP എന്നിവ മാത്രമാണ്.

വാസ്തവത്തിൽ, തോട്ടിൽ വലിച്ചെറിയപ്പെടുന്ന ബാഗുകൾക്കു യാതൊരു പരിഹാരവുമില്ല. അങ്ങനെ ചെയ്യാതിരിക്കാനുള്ള സാമൂഹ്യ–സാംസ്കാരിക ബോധം ജനങ്ങളിൽ വളർത്തിയെടുക്കുകയെ നിർവാഹമുള്ളൂ. അല്ലെങ്കിൽ ഇത്തരം ബാഗുകൾക്ക് അമിത നികുതി ഏർപ്പെടുത്തി, നല്ല വിലയിട്ടാൽ വലിച്ചെറിയുവാനുള്ള പ്രവണത കുറയും. പ്രാദേശിക ഭരണകൂടത്തിന്റെ സഹായത്തോടെ ഈ സഞ്ചികൾ നല്ല വിലക്ക് തിരിച്ചു വാങ്ങും എന്നുണ്ടെങ്കിൽ വലിച്ചെറിയാൻ ജനങ്ങൾ മടിക്കും. അതെത്രമാത്രം പ്രായോഗികമാവുമെന്ന ചോദ്യം അവശേഷിക്കുന്നുണ്ട്. ഇത്തരം പ്ളാസ്റ്റിക്കുകൾക്കു ജൈവ ജീർണത ഉളവാക്കാനും തദ്വാരാ വയലിലും റോഡിലും തോടിലും അവയെ ചീയിച്ചു കളയാം എന്നൊരു പക്ഷം. പക്ഷെ ഭൂതത്തെ വീണ്ടും ഭരണിയിലാക്കി പേടിച്ചു കാത്തിരിക്കണം. കാരണം പ്ളാസ്റ്റിക് ജീര്ണതയുള്ളതാണെങ്കിൽ അത് അഞ്ചാം ദിവസം ചീയാൻ തുടങ്ങും, അത് വിഘടിച്ചുണ്ടാവുന്ന രാസവസ്തുക്കൾ ഹാനികരമല്ലെന്നാരു കണ്ടു! അതുകൊണ്ടു ജൈവ ജീര്ണതയും ഒരു പരിഹാരമല്ലാതാവുന്നു. മുനിസിപ്പാലിറ്റി

തോറും ഇവയുടെ ശേഖരണം പ്രോത്സാഹിപ്പിച്ചു ഈ പ്ളാസ്റ്റിക് ബാഗുകയും, കുപ്പിയും മറ്റും കൂട്ടത്തോടെ ദഹിപ്പിക്കുന്നതാണ് അത്യുത്തമം. പ്ളാസ്റ്റിക്കിന്റെ തരം തിരിച്ചു പി വി സി ഒഴികെയുള്ളവ അത്യുഷ്മാവിൽ ധാരാളം ഓക്സിജന്റെ സാന്നിധ്യത്തിൽ ഹോമിച്ചാൽ അതിലെ എല്ലാ മൂലകങ്ങളും പൂർണമായും ഓക്സീകരിക്കപ്പെടും, ഹൈഡ്രജനും, കാർബണും വെള്ളവും കാർബൺഡായ്ഓക്സൈടുമായി അന്തരീക്ഷത്തിലേക്ക് പറക്കും, നല്ല പൊക്കമുള്ള ഒരു ചിമ്മിനി വഴി അന്തരീക്ഷത്തിലേക്ക് കടത്തും വിധം രൂപ കൽപ്പന ചെയ്യാം. കത്തിക്കാനായി അതി മർദ്ദ വായുവാണു ഉത്തമം.

പി വി സി (PVC) നിലം നികത്താനുപയോഗിക്കാം. പുനർ വിനിയോഗം ചെയ്യലാണ് മറ്റൊരു പോംവഴി. ഓക്സിജന്റെ അഭാവത്തിൽ ചൂടാക്കി അതിലെ ഘടകങ്ങൾ ശേഖരിച്ചു, മോണോമറുകളാക്കി പുനരുപയോഗവുമാകാം. അത്യുന്നത ഊഷ്മാവിൽ, മേല് പറഞ്ഞ രീതിയിൽ കത്തിച്ചു കളഞ്ഞാൽ,മിത ഊഷ്മാവിൽ ഉണ്ടാവാൻ സാധ്യതയുള്ള ഡയോക്സിൻ, കാർബൺ മോണോക്സൈഡ് എന്നിവയുടെ ഉത്പാദനം പൂർണമായി തടയാം. ഇനി ഇതൊന്നുമല്ലെങ്കിൽ ഈ മാലിന്യ പ്ളാസ്റ്റിക്കുകളിൽ നിന്ന് ഇന്ധനം ഉൽപാദിപ്പിക്കാം. പി വി സി ഒഴികയുള്ളവ നിരോക്സീകര അന്തരീക്ഷത്തിൽ ചൂടാക്കി വരുന്ന വാതകങ്ങൾ ഘനീഭവിപ്പിച്ചാൽ നമുക്ക് വീട്ടാവശ്യത്തിനുള്ള ഇന്ധനമാവാം. ഈ പ്രക്രിയയിൽ ഓക്സിജൻ ഇല്ലാത്തതിനാൽ ദീർഘ ചാണുകൾ വിഘടിച്ചു ചെറിയ ഹൈഡ്രോ കാര്ബണ് ആയി ഇന്ധനരൂപത്തിൽ കിട്ടും. ബാക്കി വരുന്ന ചണ്ടി ടാർ ഉരുക്കി റോഡുപണിയുമ്പോൾ ഉപയോഗിച്ചാൽ അതിന്റെ മാനവും മാറും, പ്ളാസ്റ്റിക്കുണ്ടാക്കിയ മാനക്കേട് ഇല്ലാതാവുകയും ചെയ്യും. നിലവിൽ ഈ പരിഹാര മാര്ഗങ്ങളൊന്നും സാമ്പത്തികമായി ലാഭകരമല്ലാത്തതുകൊണ്ടാണ് ഇതേപ്പറ്റി ആരും ചിന്തിക്കാത്തത്. പക്ഷെ, സർക്കാർ തലത്തിൽ ചെയ്താൽ എല്ലാ അർത്ഥത്തിലും അത് അഭികാമ്യമായിരിക്കും. ആ നല്ല നാളെക്കായി നമുക്ക് കാത്തിരിയ്ക്കാം, ക്ഷമയോടെ.

ക്ഷമ ആട്ടിൻ സൂപ്പിന്റെ ഫലം ചെയ്യുമത്രേ!

ലേഖനം

5

യു. സി. കോളേജ്: ഗൃഹാതുരത്വമുണർത്തുന്ന ഓർമ്മകൾ

ഞാൻ യുസി കോളേജിൽ നിന്ന് പഠിച്ചിറങ്ങിയിട്ട് ഏതാണ്ട് 46 വർഷങ്ങൾ കടന്നുപോയിരിക്കുന്നു. കുസാറ്റിലെ ബിരുദാനന്തര ബിരുദവും, ഫ്രാൻസിലെ ഡോക്ടറേറ്റും പോസ്റ്റ് ഡോക്ടറേറ്റും, ഐ എസ് ആർ ഒ-യിലെ നീണ്ട ഇന്നിംഗ്സും വിരമിക്കലിനു ശേഷം കുസാറ്റിലെ ഒരു സപ്ത വർഷം നീണ്ട സേവനവും പക്ഷെ ഈ കോളേജിനെക്കുറിച്ചുള്ള എന്റെ ഓർമ്മകളെ മങ്ങാൻ ഇടം കൊടുത്തില്ല. എന്റെ ജീവിതത്തിലെ പ്രധാന കാലഘട്ടത്തിൽ, ഞാൻ യു. സി കോളേജുമായി ബൗദ്ധീക പ്രണയത്തിലായിരുന്നു. യുസി കോളേജിനോടുള്ള എന്റെ തീക്ഷ്ണമായ പ്രണയം മൂലം വാരാന്ത്യങ്ങൾ നീണ്ടതായും, അവളെ കാണാനും ഇടപഴകാനുമുള്ള വ്യഗ്രതയിൽ വേനൽ അവധി അവസാനിക്കാത്തതായും എനിക്കനുഭവപ്പെട്ടു. ഈ കോളേജാണ് എന്റെ ജീവിതത്തെ മാറ്റിമറിച്ചതും ജീവിതത്തിലെ മൂല്യങ്ങൾ എന്നെ പഠിപ്പിച്ചതും. ഇന്ത്യൻ ബഹിരാകാശ വകുപ്പിൽ ഞാൻ വിജയകരമായി പരീക്ഷിച്ച/പരിശീലിച്ച രസതന്ത്രവും, ഇപ്പോൾ കുസാറ്റിൽ വിദ്യാർത്ഥികൾക്ക് ഞാൻ പറഞ്ഞുകൊടുക്കുന്ന രസതന്ത്രവും ഞാൻ ഈ കോളേജിൽ നിന്നും സ്വായത്തമാക്കിയതാണ്. യു. സി-യിലെ ക്ലാസ് മുറികളിൽ ദർശിച്ച രാസസമവാക്യങ്ങളുടെ ഭംഗിയും ഈ കോളേജിലെ ലബോറട്ടറിയിൽ തന്മാത്രകളെ സൃഷ്ടിക്കുന്നതിന്റെ സുഖവും ഞാൻ ആസ്വദിച്ചിരുന്നു. നല്ല അധ്യാപകർ എന്നെ ഭൗതികശാസ്ത്രത്തിന്റെയും ബീജഗണിതത്തിന്റെയും സങ്കീർണതകൾ മറികടക്കാൻ സഹായിച്ചു. ഡിഫറെൻസിയേഷനും, ഇന്റഗ്രേഷനും നിറഞ്ഞ കാൽകുലസ് എന്റെ കയ്യിൽ ഒതുങ്ങിയത്തിനു കാരണം പ്രൊഫ. നീലകണ്ഠന്റെയും അന്തരിച്ച പ്രൊഫ. മാധവൻകുട്ടിയുടെയും പ്രത്യേകത നിറഞ്ഞ അധ്യാപന ശൈലിയാണ്. എഴുതിയ ഗണിതശാസ്ത്ര പരീക്ഷകളിലെ നൂറു മേനിയാണ് ഇതിനെല്ലാം സാക്ഷി.

പ്രൊഫ. മാധവൻകുട്ടി പല സിദ്ധികളുടെയും ഒരു അവതാരമായിരുന്നു. ഈ പ്രൊഫസർക്ക് മാസ്മരികമായ ശബ്ദമുണ്ടായിരുന്നുവെന്ന് എന്റെ സുഹൃത്തും

സഹപാഠിയുമായ ശ്രീമതി രാജേശ്വരി മേനോൻ അനുസ്മരിക്കുന്നു. അന്തരിച്ച പ്രൊഫ. ടി ബി തോമസും, പരേതനായ പ്രൊഫ: വി സി കുര്യാക്കോസും വായുവിലേക്ക് എറിയപ്പെടുന്ന ഒരു വസ്തുവിന്റെ സഞ്ചാരപഥം എനിക്ക് മനസ്സിലാക്കിത്തന്നപ്പോൾ, പ്രൊഫ. മോഹൻ തോമസ് "ചൂടും വെളിച്ചവും" എന്ന വിഷയം വളരെ ലഘുവാക്കി. ഡാനിയൽ ഡിഫോ–യുടെ നോവലിനെക്കുറിച്ചുള്ള പരേതനായ പ്രൊഫ. പോൾ സുന്ദറിന്റെ ക്ലാസുകളും പരേതനായ പ്രൊഫ. ഇ. എൻ നമ്പ്യാർ– "ലാ ബെൽ ദാം സാങ് മേഴ്സി" എന്ന കവിത പഠിപ്പിക്കുന്നതും ഇപ്പോഴും എന്റെ മനസ്സിൽ തെളിഞ്ഞു നിൽക്കുന്നു.

രസതന്ത്രം നമ്മുടെ ജീവിതമാണ്, നമ്മുടെ ഭാവിയാണ്. എന്റെ പ്രിയപ്പെട്ട കെമിസ്ട്രി അധ്യാപകരെ ഞാൻ ഓർക്കുന്നു. എനിക്ക് ഒരു പ്രൊഫഷണൽ കെമിസ്ട്രി സയന്റിസ്റ്റ് ആകാൻ അവർ വഴിയൊരുക്കി. പ്രൊഫ. വി സി മാത്യു, ജോസഫ് ഫിലിപ്പ്, ജോർജ് തോമസ്, സി.ജി. രാമൻകുട്ടി, റേച്ചൽ ജേക്കബ്... ഇവരെല്ലാവരും രസതന്ത്രത്തെ ഇഷ്ടപ്പെടാൻ ഞങ്ങളെ പ്രേരിപ്പിച്ചുവെങ്കിൽ, കെ ഇ ജോൺ (സർ) ആണ് ഞങ്ങളെ രസതന്ത്രത്തെ സ്നേഹിക്കാൻ പ്രേരിപ്പിച്ചത്. അദ്ദേഹത്തിന്റെ കാവ്യാത്മകമായ അധ്യാപനരീതി, ആർക്കും മറക്കാനാവില്ല, പ്രൊഫ.സി.ജി. ആർ ഇപ്പോഴും എന്റെ രസതന്ത്ര സംശയ നിവാരണ കേന്ദ്രമാണ്.

"All Altruists Gladly Make Gum In Galan Tanks" പോലുള്ള പ്രൊഫ.കെ.ഇ ജോൺ സാറിന്റെ മന്ത്രങ്ങൾ. കാർബോഹൈഡ്രേറ്റ് സീരീസ്, അലോസ്, ആൾട്രോസ്...... മറക്കാൻ ഇപ്പോഴും ബുദ്ധിമുട്ട് ഉണ്ടാക്കുന്ന തന്ത്രമായി അവശേഷിക്കുന്നു 'ഉള്ളവനു വേണ്ടുവോളം കൊടുക്കും' എന്ന അദ്ദേഹത്തിന്റെ സൂക്തം, ഇരട്ട ബോണ്ടിൽ നടക്കുന്ന ചില രാസ പ്രതി പ്രവർത്തനങ്ങളുടെ രീതി പ്രവചിക്കാൻ സഹായിക്കുന്നു. പ്രിയ ചാക്കോ സാർ (ദിവംഗതനായ പ്രൊഫ. എ.എം. ചാക്കോ) തന്റെ രസതന്ത്ര പരിജ്ഞാനം കൊണ്ട് ഓർഗാനിക് കെമിസ്ട്രിയെ സുഗന്ധപൂരിതമാക്കി. ദരിദ്രരോടുള്ള അദ്ദേഹത്തിന്റെ മഹാമനസ്കതയുടെയും ദയയുടെയും ഒരു ഗുണഭോക്താവായ ലേഖകൻ അദ്ദേഹം സമ്മാനിച്ച 'സ്കോളർഷിപ്പ്' തുകകൊണ്ട് വാങ്ങിയ ഷർട്ട് ധരിച്ച, ഒരു ചെറുപ്പക്കാരനായി ഓർമകളിൽ ഇപ്പോളും വിലസുന്നു. ഇന്ന് ലക്ഷക്കണക്കിന് രൂപ വിലമതിക്കുന്ന ആ സമ്മാനം!

ചാക്കോ സാറിന് പ്രണാമം.

ഒടുവിൽ യൂണിവേഴ്സിറ്റി റാങ്കോടെ ഞാൻ കോളേജിൽ നിന്ന് BSc ജയിച്ചു.

എന്റെ സ്വപ്നങ്ങളിൽ, കോളേജ് ചാപ്പൽ പരിസരം, ഒഴിവു സമയങ്ങളിൽ വാചകമടിക്കാനും 'പക്ഷി നിരീക്ഷണത്തിനും', മരത്തണലുകൾ (കാക്കകളുടെ

നിരീക്ഷണത്തിൽ ഉച്ചഭക്ഷണം കഴിക്കാൻ) എന്നിവ ഇടയ്ക്കിടെ പൊന്തി വരുന്നു. സിനിമ നടൻ പരേതനായ സൈനുദ്ദീൻ, അഡ്വക്കേറ്റ് എം.എം. മോനായി തുടങ്ങിയ രാഷ്ട്രീയ നേതാക്കളും അക്കാലത്ത് കോളേജിൽ തിളങ്ങി. എന്നോട് അടുത്തിടപെടാൻ സന്മനസ്സു കാണിച്ച കൃഷ്ണകുമാർ, സുകുമാർ (ഇപ്പോൾ അഡ്വക്കേറ്റ് സുകുമാർ), സുരേഷ് (പെരുമ്പാവൂർ) ഇവരൊക്കെ ഇപ്പോളും എന്റെ സുഹൃത്തുക്കളായി തുടരുന്നു എന്നത് യാദൃച്ഛികമാണോ? ഏതാനും മാസങ്ങൾക്കുമുമ്പ് സ്വർഗീയസ്ഥനായ എന്റെ സുഹൃത്ത് പി എ ഉണ്ണികൃഷ്ണന് എന്റെ ആദരാഞ്ജലികൾ. പരേതർ, എൻ ശശിധരനെയും (പിന്നീട് യുസിസിയിൽ ഫിസിക്സിൽ പ്രൊഫസറായി), ഡോ രാജഗോപാലിനെയും (ഇരുവരും എന്റെ പ്രീ–ഡിഗ്രി സഹപാഠികൾ) ഓർക്കാതിരിക്കാൻ കഴിയില്ല.

അതുല്യമായ ആ കോളേജ് അന്തരീക്ഷം ഇപ്പോഴും എന്നെ മാടി വിളിക്കുന്നു.

ലേഖനം

6

കാൽസ്യം കാർബൈഡ് എങ്ങനെ വിഷമാകും?

കാൽസ്യം കാർബൈഡുപയോഗിച്ചു പഴുപ്പിച്ച മാങ്ങയും മറ്റു പഴങ്ങളും വിഷമയമാണെന്നും അവ ക്യാൻസർ രോഗം വരുത്തുമെന്നുമുള്ള പ്രചാരണങ്ങൾ തകൃതിയായി നടക്കുകയാണല്ലോ. കേൾക്കുമ്പോളേക്കും ഇതേപ്പറ്റി കൂടുതൽ ആലോചിക്കാതെ മാധ്യമങ്ങൾ ഇതേറ്റു വാങ്ങുന്നു, മാധ്യമങ്ങളെ ദൈവവചനമായിക്കാണുന്ന ജനം ഇതപ്പാടെ വിശ്വസിക്കുന്നു. മാങ്ങാ കഴിച്ചവർക്കു ക്യാൻസർ വരുമോയെന്നു അങ്കലാപ്പ്? അല്ലാത്തവർക്ക് മറുനാടൻ (നാടനും) മാങ്ങാ കഴിക്കാൻ മോഹം, പക്ഷെ, സാക്ഷരരായതുകൊണ്ട് അറിഞ്ഞുകൊണ്ട് വിഷം വാങ്ങി കഴിക്കാൻ പേടി. ആരാണ് ഈ രാസവസ്തു ക്യാൻസർ ജനിപ്പിക്കു മെന്നുപറഞ്ഞതെന്നു മാത്രം ജനം ആലോചിക്കാറില്ല.

കാൽസ്യം കാർബൈഡിന്റെ രസതന്ത്രം അല്പംപോലും മനസിലാക്കാത്ത ചിലർ കച്ചവടലാക്കോടെ പടച്ചു വിടുന്ന ഇത്തരം കുപ്രചരണങ്ങൾ ഇനിയും കണ്ടില്ലെന്നു ഭാവിക്കാൻ രസതന്ത്രജ്ഞർക്കും ആവില്ല. അതാണ് ഈ ലേഖനത്തിനാധാരം.

ആമുഖമായി പറയട്ടെ, ലേഖകന് യാതൊരു കച്ചവടതാല്പര്യവുമില്ല. ഉള്ളത് രസതന്ത്രത്തോടുള്ള അമിതാഭിനിവേശവും, യുക്തിരഹിതമായ രസതന്ത്ര തത്വങ്ങളെ ചോദ്യം ചെയ്യാതിരിക്കാനുള്ള മനസ്സില്ലായ്മയും, അങ്ങനെ ചെയ്യാതിരിക്കുന്നത് സമൂഹത്തോടുള്ള കടപ്പാട് നിറവേറ്റലല്ല എന്ന കുറ്റബോധവും

ഇപ്പോൾ നാടൻ മാങ്ങകളിലും കാൽസ്യം കാർബൈഡ് ധാരാളം ഉപയോഗിക്കപ്പെടുന്നുണ്ട്.

കാൽസ്യം കാർബൈഡിന്റെ രസതന്ത്രം

കാൽസ്യം കാർബൈഡിന്റെ രസതന്ത്രം പരിശോധിക്കാം. ഇതുണ്ടാകുന്നതു നീറ്റുകക്കയും, കരിയും കൂടി അത്യോഷ്മാവിൽ (2200°C) ഓക്സിജൻ–ന്റെ

അഭാവത്തിൽ ചൂടാക്കിയാണ്. ഇത് വെള്ളവുമായി അതിവേഗം പ്രതിപ്രവർത്തിച്ചു അസെറ്റിലിന് വാതകമുണ്ടാകുന്നു. ഈ വാതകമാണ് പച്ചമാങ്ങയെ പഴുപ്പിക്കുന്ന രാസാഗ്നിയെ ഉത്തേജിപ്പിക്കുന്നത്. അതുമൂലം പച്ചമാങ്ങാ എളുപ്പത്തിൽ പഴുക്കുന്നു. വെള്ളവുമായിട്ടുള്ള രാസ പ്രതിപ്രവർത്തനത്തിന്റെ ഉപോൽപ്പന്നമോ കാൽസ്യം ഹൈഡ്രോക്സിടും (ചുണ്ണാമ്പ്). കാൽസ്യം കാർബൈഡ് –ന്റെ വെള്ളവുമായുള്ള പ്രവർത്തനം വേഗത്തിൽ പൂർത്തിയാവും. അതുകൊണ്ട് നമ്മൾ വാങ്ങുന്ന മാങ്ങയിൽ തുടക്കത്തിൽ എത്ര കാൽസ്യം കാർബൈഡ് ഉണ്ടായിരുന്നാലും അന്തരീക്ഷത്തിലെ ഈർപ്പമോ, മാങ്ങാക്കകത്തെ വെള്ളമോ ആയി പ്രതിപ്രവർത്തിച്ചു ഇതിൽ ഭൂരിഭാഗവും നിർവീര്യമാവും എന്നതാണ് വാസ്തവം. പിന്നെ, നമ്മൾ വാങ്ങുന്ന കാൽസ്യം കാർബൈഡിൽ മുക്കിയ മാങ്ങയിൽ അവശേഷിക്കുന്നത് കാൽസ്യം ഹൈഡ്രോക്സൈഡ് മാത്രമാണ്.

അറിഞ്ഞിടത്തോളം കാൽസ്യം ഹൈഡ്രോക്സൈഡ് എന്ന ചുണ്ണാമ്പ് മനുഷ്യശരീരത്തിൽ പൊള്ളലുണ്ടാക്കും എന്നതൊഴിച്ചാൽ വേറെ യാതൊരു ദോഷവും വരുത്തുന്നമില്ല.

കുറെ ദിവസം കഴിഞ്ഞാൽ ഈ ചുണ്ണാമ്പ് അന്തരീക്ഷത്തിലെ കാർബൺ ഡൈയോക്സിഡമായി പ്രതിപ്രവർത്തിച്ചു നിർവീര്യമാക്കപ്പെട്ട് പോകും. ഇനി കാൽസ്യം കാർബൈഡ് –നെ പേടിയുള്ളവർ മാങ്ങയെ നേർത്ത വിനാഗിരിയിൽ കഴുകിയാൽ അത് കാൽസ്യം അസറ്റേറ്റ് ആയി മാറി അനായാസം വെള്ളത്തിൽ ലയിച്ചു പൊയ്ക്കൊള്ളും. മാങ്ങയിലടങ്ങിയിട്ടുള്ള ഗാലിക് അമ്ലവുമായി പ്രതിപ്രവർത്തിച്ചു, ഇത് മാങ്ങയിൽ ലയിക്കുകയാണ് മറ്റൊരു സാധ്യത. പക്ഷെ സൂഷ്മാണുക്കളെപ്പോലും അകത്തേക്ക് കടത്തി വിടാതെ മാങ്ങയെ സംരക്ഷിക്കുന്ന അതിന്റെ ബാഹ്യാവരണം കാൽസ്യം ഹൈഡ്രോക്സൈഡ്–നേ അതിനു സമ്മതിക്കുകയില്ല.

ഇനിയെങ്ങനെ കാൽസ്യം കാർബൈഡ് വിഷമാകും? അഥവാ, ഈ രാസവസ്തു നേരെ വിഴുങ്ങുകയാണെന്നിരിക്കട്ടെ (എവിടുന്ന് കിട്ടിയിട്ട്?). വായിൽ വച്ചുതന്നെ അത് അസറ്റിലിൻ വാതകമാകുന്നതുകൊണ്ട് ശ്വാസം മുട്ടി ആൾ മരിക്കുമെന്നിരിക്കെ ഒരു ക്യാൻസറിന് കാത്തിരിക്കാനുള്ള ദുര്യോഗം അയാൾക്കുണ്ടാവാൻ പോവുന്നില്ല.

രസതന്ത്ര കാര്യങ്ങൾ ഇങ്ങനെയിരിക്കേ അബദ്ധ ജഡിലങ്ങളായ കാര്യങ്ങൾ തട്ടിവിട്ടു ജനങ്ങളെ ഭയചരിതരാക്കും മുമ്പ് മൂന്നുവട്ടം (രസതന്ത്രമായതുകൊണ്ട് രണ്ടുവട്ടം പോരാ!) ആലോചിക്കന്നതല്ലേ ഉത്തമം?

ലേഖനം

7

ഞങ്ങളുടെ സ്വന്തം ആലുവ

ആലുവ പ്രദേശത്തു ജനിച്ചതിൽ ഏറെ സന്തുഷ്ടനായ, അതിൽ അഹങ്കരിക്കുന്ന ഒരാളാണ് ലേഖകൻ. എല്ലാവര്ക്കും അവരവരുടെ ജന്മനാടുകളെപ്പറ്റി ഇതേ അഭിപ്രായമായാണുണ്ടാവുക എന്നറിയാമെങ്കിലും, ആലുവായെ പറ്റി ചോദിച്ചാൽ ഞാൻ വാചാലനാകും. പുഴകൾ, മലകൾ, പൂവനങ്ങൾ എന്നീ ഭൂമിയുടെ വരദാനങ്ങൾ കൊണ്ട് അനുഗ്രഹീതയായ ഇത് അദ്വൈതത്തിന്റെ സ്വന്തം നാടാണ്. ശങ്കരാചാര്യരുടെ ജന്മം കൊണ്ടനുഗ്രഹീതമായ കാലടി, ഇന്ത്യയിൽ ജീവിച്ചിരുന്ന ഏറ്റവും വലിയ തത്വചിന്തകനും അദ്വൈതം എന്ന ഇന്ത്യൻ വേദാന്ത തത്വത്തിന്റെ ശങ്കരാചാര്യർ ആയി അറിയപ്പെടുന്നു. ശങ്കരാചാര്യരുടെ ജീവിതവും പഠനങ്ങളും ലക്ഷക്കണക്കിന് ജനങ്ങള്ക്ക് ആവേശം ഉണ്ടാക്കുകയും ആത്മീയ ജ്ഞാനത്തിന്റെ പാതയിലേക്കുള്ള വഴി ആയി തീരുകയും ചെയ്തു. സെന്റ് തോമസ് അന്തർദേശീയ ദേവാലയം സ്ഥിതി ചെയ്യുന്ന മലയാറ്റൂർ ആലുവയുടെ ആത്മീയതക്ക് മാറ്റു കൂട്ടുന്നു. ആയിരം പാദസരങ്ങൾ കിലുക്കി കുണുങ്ങി കുണുങ്ങി ഒഴുകുന്ന മനോഹരിയായ ആലുവാപുഴയുടെ ചേല് ഒന്ന് വേറെതന്നെയാണ്., പോരെ ആലുവയുടെ മാഹാത്മ്യത്തിനുള്ള കാരണങ്ങൾ.

ആലുവാപ്പുഴയുടെ വശ്യത ഒപ്പിയെടുത്ത ഒരു ചിത്രം (ഫോട്ടോ കടപ്പാട്: സി.പി. മഞ്ജു)

പച്ച പുതച്ച നെൽ പാടങ്ങൾ, അവക്കിടയിലൂടെ വളഞ്ഞൊഴുകുന്ന പുഴ. വശ്യമായ ഭൂപ്രദേശങ്ങൾ, സഹ്യന്റെ വാലായ മലകൾ, രസതന്ത്ര പ്രൗഢി വിളിച്ചോതുന്ന വ്യവസായ ശാലകൾ, ശാസ്ത്രജ്ഞർ, രസതന്ത്രജ്ഞർ, മലയാളത്തിലെ പ്രശസ്തനായ നോവലിസ്റ്റ മലയാറ്റൂർ എന്ന് അറിയപ്പെട്ടിരുന്ന മലയാറ്റൂർ രാമകൃഷ്ണന്റെ വാസസ്ഥലം, കൃത്യമായി ആലുവയല്ലെങ്കിലും, സമീപപ്രദേശമായ കുറ്റിപ്പുഴയിലെ നിവാസിയും, പുരോഗമന മലയാളസാഹിത്യത്തിന്റെ വക്താവും പണ്ഡിതനും യുക്തിവാദിയുമൊക്കെയായിരുന്ന കുറ്റിപ്പുഴ കൃഷ്ണപ്പിള്ള, അദ്ദേഹത്തിൻറെ അനന്തിരവനും പ്രഗത്ഭനായ അധ്യാപകനും, ഗവേഷകനും, വിവിധ ഭാഷ നൈപുണ്യമുള്ളയാളും, വ്യക്തിത്വ വികസനം ശാസ്ത്രം, തത്ത്വശാസ്ത്രം സാങ്കേതികവിദ്യ, ശാസ്ത്രസാഹിത്യം എന്നിവയിൽ അഗ്രഗണ്യനുമായ പ്രൊഫ്. സി.ജി.ആർ. നായർ, മറ്റു മഹാ വ്യക്തിത്വങ്ങൾ, അദ്ധ്യാപക സമൂഹം, സർവകലാശാല കേന്ദ്രങ്ങൾ, മഹത്തായ യു. സി. കോളേജ്, ലോകശ്രദ്ധ പിടിച്ചുപറ്റിയ നെടുമ്പാശ്ശേരി വിമാനത്താവളം, മഹാശിവരാത്രിയുടെ ആസ്ഥാനം എന്നിങ്ങനെ എണ്ണിയാൽ തീരാത്ത വിശേഷണങ്ങളുള്ള ഈ ഭൂപ്രദേശത്തു ഇനിയുമ്പൊരു ജന്മം കാംക്ഷിക്കാത്ത ആരെങ്കിലുമുണ്ടാവുമോ?

ലേഖനം

8

മർഫി നിയമം

നമുക്കെല്ലാം സുപരിചിതമായ ഒരു പദമാണല്ലോ മർഫി നിയമം (Murphy's rule). ഇതെന്താണെന്നോ, ഇതിന്റെ അടിസ്ഥാനമെന്താണെന്നോ നിങ്ങളാലോചിട്ടുണ്ടോ?

അതായത്, നമ്മൾ എപ്പോൾ വന്നാലും കടത്തു വഞ്ചി അക്കരെയായിരിക്കും. ഓടി ബസ്സ്റ്റോപ്പിലെത്തുമ്പോളേക്കും നമ്മൾക്ക് കേറേണ്ട ബസ് പോയിരിക്കും. എന്നാൽ മെട്രോയിൽ കേറിപ്പോകാമെന്നു വച്ചാലോ അതും ലേറ്റ് ആയിരിക്കും. ഓഫിസിൽ വൈകാതെ എത്താനുള്ള വ്യഗ്രതയിൽ എങ്ങനെയെങ്കിലും തപ്പിപിടിച്ചു ഓഫിസ് കെട്ടിടത്തിലെത്തിയാലോ? ലിഫ്റ്റ് ഏറ്റവും മുകളിലത്തെ നിലയിലായിരിക്കും, അത് താഴേക്കു വരുന്നതോ ഒച്ചിന്റെ വേഗത്തിലും. നമ്മൾ വിചാരിക്കും, എന്നും ഇതാണല്ലോ എന്റെ വിധി. എന്താ എനിക്കുമാത്രം ഇങ്ങനെ? എന്നോക്കെ!

സ്വർണം, സ്ഥലം ഇവ വാങ്ങിയാൽ പിറ്റേ ദിവസം മുതൽ ഇവയുടെ വില കീഴോട്ടു തന്നെ, തീർച്ച! സ്റ്റോക് മാർകെറ്റിൽ നിന്നും ഷെയർ വാങ്ങിയാലോ? പറയാനുമില്ല.

എന്ത് കൊണ്ട് നിങ്ങൾക്ക് മാത്രമിങ്ങനെ സംഭവിക്കുന്നു?

ഇവിടെയാണ് മർഫി നിയമത്തിന്റെ പ്രസക്തി.

അത് പറയുന്നത് ഇപ്രകാരമാണ്.

"ഒരു കാര്യം കുളമാവാൻ എന്തെങ്കിലും സാധ്യത നിലനിൽക്കുന്നുണ്ടെങ്കിൽ, അത് തീർച്ചയായും കുളമായിരിക്കും..." എന്ന്.

മർഫി നിയമത്തിന്റെ ഉത്ഭവം

1948 മുതൽ 1949 വരെ, ദ്രുതഗതിയിലുള്ള വസ്തുക്കളുടെ വേഗത പെട്ടെന്ന് കുറക്കുമ്പോളുണ്ടാവുന്ന ജി-ഫോഴ്സുകളോടുള്ള (g= ഗുരുത്വാകർഷണം മൂലമുണ്ടാവുന്ന ത്വരണം) മനുഷ്യ സഹിഷ്ണുത പരിശോധിക്കുന്നതിനായി, മുറോക്ക് ആർമി എയർ

ഫീൽഡിൽ MX981എന്ന ഗവേഷണ പദ്ധതിക്കു ജോൺ പോൾ സ്റ്റാപ്പ് എന്നയാൾ നേതൃത്വം നൽകി. പരീക്ഷണങ്ങളിൽ, ഒരു റെയിൽവേ ട്രാക്കിൽ ഘടിപ്പിച്ച റോക്കറ്റ് സ്ലെഡ് ഉപയോഗിച്ചു, അവസാനം ഹൈഡ്രോളിക് ബ്രേക്കുകളുടെ ഒരു പരമ്പര സ്ലെഡിലെ സീറ്റിൽ ഘടിപ്പിച്ചു. മനുഷ്യരൂപമുള്ള ഒരു ക്രാഷ് ടെസ്റ്റ് ഡമ്മിയാണ് പ്രാരംഭ പരിശോധനയിൽ ഉപയോഗിച്ചത്. തുടർന്നുള്ള പരിശോധനകൾ നടത്തിയതും അക്കാലത്ത് എയർഫോഴ്സ് ക്യാപ്റ്റനായിരുന്ന സ്റ്റാപ്പ് തന്നെയായിരുന്നു. ടെസ്റ്റുകൾക്കിടയിൽ, ക്യാപ്റ്റൻ സ്റ്റാപ്പ് ജി–ഫോഴ്സ് അളക്കാൻ ഉപയോഗിക്കുന്ന ഉപകരണത്തിന്റെ കൃത്യതയെക്കുറിച്ച് ചോദ്യങ്ങൾ ഉയർന്നു. എഡ്വേർഡ് മർഫി, എന്നയാൾ സ്റ്റാപ്പിന്റെ ഹാർനെസിന്റെ നിയന്ത്രണ ക്ലാമ്പുകളിൽ ഘടിപ്പിച്ചിട്ടുള്ള ഇലക്ട്രോണിക് സ്ട്രെയിൻ ഗേജുകൾ ഉപയോഗിച്ച് ദ്രുതഗതിയിലുള്ള വേഗത കുറയുമ്പോൾ അവയിൽ ചെലുത്തുന്ന ശക്തി അളക്കാൻ നിർദ്ദേശിച്ചു. ജി–ഫോഴ്സുകൾ സൃഷ്ടിക്കുന്നതിന് ഉയർന്ന വേഗതയുള്ള സെൻട്രിഫ്യൂജുകൾ ഉപയോഗിച്ച് സമാനമായ ഗവേഷണം നടത്തി വരികയായിരുന്നു മർഫി. മർഫിയുടെ സഹായി ഹാർനെസ് വയർപിടിപ്പിച്ചു, ഒരു ചിമ്പാൻസിയെ ഉപയോഗിച്ച് ഒരു ട്രയൽ നടത്തി.

ദൗർഭാഗ്യത്തിന് സെൻസറുകൾ സീറോ റീഡിംഗ് ആണ് നൽകിയത്. ചില സെൻസറുകൾ പിന്നിലേക്ക് വയർ ചെയ്തിരുന്നതിനാൽ അവ തെറ്റായിയാണ് ഘടിപ്പിച്ചിട്ടുള്ളതെന്നു വ്യക്തമായി. ഈ ഘട്ടത്തിലാണ് ദേഷ്യം പിടിച്ച മർഫി തന്റെ പ്രഖ്യാപനം നടത്തിയത്, “ശരിയായ പരിശോധനയ്ക്ക് മുമ്പായി സെൻസർ കാലിബ്രേറ്റ് ചെയ്യാനും പരിശോധിക്കാനുമുള്ള സമയവും അവസരവുമൊക്കെ വാഗ്ദാനം ചെയ്തിട്ടും അയാൾ അത് നിരസിച്ചു, അദ്ദേഹം അൽപ്പം പ്രകോപിതനായി MX981 ടീമുമായി ഇടഞ്ഞു. അവിടെയുണ്ടായിരുന്ന മറ്റൊരു എഞ്ചിനീയറായ ജോർജ്ജ് നിക്കോൾസ് ഒരു അഭിമുഖത്തിൽ ഇങ്ങനെ അനുസ്മരിച്ചു; പരാജയപ്പെട്ട പരീക്ഷണത്തിന് ശേഷം മർഫി തന്റെ സഹായിയോട് ആ പരാജയത്തെ കുറ്റപ്പെടുത്തി ഇങ്ങനെ പറഞ്ഞത്രേ, ‘ആ വ്യക്തിക്ക് തെറ്റ് വരുത്താൻ എന്തെങ്കിലും വഴിയുണ്ടെങ്കിൽ, അവൻ അത് ചെയ്തിരിക്കും.”

നിക്കോൾസിന്റെ ടീമിലെ മറ്റ് അംഗങ്ങൾ അതേറ്റുപിടിച്ചു. അവർ തമ്മിലുള്ള സംഭാഷണത്തിലൂടെയാണ് ‘മർഫിയുടെ ഈ നിയമം’ ഉണ്ടായതും ചെവിക്കു–ചെവി പ്രചരിച്ചതും. ‘അത് സംഭവിക്കാൻ എന്തെങ്കിലും സാദ്ധ്യതയുണ്ടെങ്കിൽ അത് സംഭവിച്ചിരിക്കും’ എന്ന് ചുരുക്കി, നിക്കോൾസ്, മർഫിയുടെ വാക്കുകളെ അഹങ്കാരമായി കരുതി പരിഹസിച്ചു. ഇങ്ങനെയുണ്ടാവുന്ന സാഹചര്യങ്ങൾക്ക് മർഫിയുടെ പേരും നൽകി.

മർഫി നിയമങ്ങൾ പലവിധത്തിലും വ്യാഖ്യാനിക്കാം

1. തെറ്റ് സംഭവിക്കാവുന്ന എന്തും തെറ്റായി പോകും.
2. ഒന്നും തോന്നുന്നത്ര എളുപ്പമല്ല.
3. എല്ലാം നമ്മൾ വിചാരിക്കുന്നതിലും കൂടുതൽ സമയമെടുക്കും.
4. നിരവധി കാര്യങ്ങൾ തെറ്റായി പോകാനുള്ള സാധ്യതയുണ്ടെങ്കിൽ, ഏറ്റവും കൂടുതൽ നാശമുണ്ടാക്കുന്ന തെറ്റായിരിക്കും സംഭവിക്കുക.
5. എന്തെങ്കിലും മോശമായത് സംഭവിക്കാൻ അൽപമെങ്കിലും സാദ്ധ്യതയുണ്ടെങ്കിൽ അത് സംഭവി ച്ചിരിക്കും.
6. ഒരു നടപടിക്രമം തെറ്റായി പോകുന്നതിന് സാധ്യമായ നാല് വഴികളുണ്ടെന്ന് വിചാരിക്കുക. നമ്മൾ അവയെ മറികടക്കാൻ വേണ്ട നടപടികൾ എടുത്താൽ, അത് അഞ്ചാമത്തെ വഴി കൂടി വരും.
7. തന്നെ വിട്ടുകൊടുത്താൽ, കാര്യങ്ങൾ മോശമായതിൽ നിന്ന് കൂടുതൽ വഷളാകുന്നു.
8. ഇനി എല്ലാം ശരിയായി നടക്കുന്നതായി തോന്നുന്നുവെങ്കിൽ, നമ്മൾ എന്തെങ്കിലും അവഗണിച്ചു കാണും. കൂടെ അതിന്റെ കുഴപ്പവും ഒളിച്ചിരിപ്പുണ്ട്
9. പ്രകൃതി എപ്പോഴും മറഞ്ഞിരിക്കുന്ന ന്യൂനതയ്ക്കൊപ്പം നിൽക്കുന്നു
10. ഇക്കാര്യങ്ങളിൽ പ്രകൃതി ഒരു ഒരു നന്ദിയില്ലാ നായയെപ്പോലെയാണ്.
11. ആർക്കും ഒരു കാര്യവും സകല പഴുതുമടച്ചു കുറ്റമറ്റതായി ചെയ്യാൻ സാധ്യമല്ല.
12. നമ്മൾ എന്തെങ്കിലും ചെയ്യാൻ തുടങ്ങുന്നതിന് മുന്നേ ആദ്യം മറ്റെന്തെങ്കിലും ചെയ്യണം.
13. കേട്ടിട്ടില്ലേ? "തൊമ്മനഴിയുമ്പോൾ ചാണ്ടി മുറുകും'. ഓരോ പരിഹാരവും പുതിയ പ്രശ്നങ്ങൾ സൃഷ്ടിക്കുന്നു.
14. ഏതെങ്കിലും മോശ കാര്യം സ്വയം സംഭവിക്കുന്നില്ലെങ്കിൽ, ആരെങ്കിലും അതു കുത്തിത്തിരിക്കും.

ചുരുക്കത്തിൽ, ഈ നിയമമനുസരിച്ചു എന്തെകിലും മോശം കാര്യം സംഭവിക്കാൻ അല്പമെകിലും സാദ്ധ്യതയുണ്ടെങ്കിൽ, അതു തീർച്ചയായും സംഭവിച്ചിരിക്കും.

മർഫി നിയമം ഒരു വശത്തേക്കെ പ്രവർത്തിക്കൂ. ഉദാഹരണത്തിന്: നമ്മൾ കഷ്ടപ്പെട്ടു വെള്ളം കോരി കാറ് കഴുകി കഴിയുമ്പോളായിരിക്കും മഴ പെയ്യുക. എന്ന് വച്ച് എല്ലായ്പോഴും കാറ് കഴുകി മഴ പെയ്യിക്കാൻ കഴിയുകയില്ല.

മർഫി നിയമത്തിന്റെ തെളിവ്:

മർഫിയുടെ നിയമം തെളിയിക്കാൻ കഴിയില്ല, നമ്മൾ മർഫിയുടെ നിയമം തെളിയിക്കാൻ ശ്രമിക്കുമ്പോൾ കിട്ടുന്ന തെളിവ് തെറ്റാണെന്ന് കാണാം. ഇത് തന്നെ വ്യക്തമായും മർഫിയുടെ നിയമം മൂലമാണ്, അതിനാൽ മർഫിയുടെ നിയമം, സ്വമേധയാ തെളിയിക്കപ്പെട്ടതുമാണ്.

മർഫിയുടെ നിയമത്തോടുള്ള നിലപാട്:

മർഫിയുടെ നിയമം അനിശ്ചിതകാലത്തേക്ക് കാലതാമസം വരുത്തുകയോ താൽക്കാലികമായി നിർത്തിവയ്ക്കുകയോ ചെയ്യാം, അത്തരം കാല താമസമോ, സസ്പെൻഷനോ പിന്നീടുള്ള അവസരത്തിൽ വലിയ ദുരന്തത്തിന് കാരണമാകും.

ഒന്നുകൂടി സ്പഷ്ടമായി പറഞ്ഞാൽ, എന്തെങ്കിലും ചെയ്യാൻ രണ്ടോ അതിലധികമോ വഴികളുണ്ടെങ്കിൽ അവയിലൊന്ന് ഒരു ദുരന്തത്തിന് കാരണമാകുകയാണെങ്കിൽ, ആരെങ്കിലും അത് ചെയ്യുമെന്നതാണ് ഈ നിയമത്തിന്റെ യഥാർത്ഥ വശം.

ഇങ്ങനെയൊക്കെ സംഭവിക്കുന്നത് ഈ നിയമത്തിന്റെ ഏതെങ്കിലും നിഗൂഢതകൾ കൊണ്ടല്ല. വാസ്തവത്തിൽ, കാര്യങ്ങൾ നന്നായി നടക്കുമ്പോൾ, നമ്മൾ അതിൽ ഒന്നും ശ്രദ്ധിക്കാറില്ല, ഗൗനിക്കാറില്ല. പക്ഷെ, എപ്പോളെങ്കിലും സംഗതി പ്രതികൂലമാവുകയാണെങ്കിൽ അത് നമ്മുടെ സ്മൃതിയിൽ ഗാഢമായി ആലേഖനം ചെയ്യപ്പെടും. അതുകൊണ്ടാണ് കിട്ടാത്ത കാര്യങ്ങൾ, നഷ്ടമുണ്ടാക്കിയ ഇടപാടുകൾ ഇവ ഓർത്തിരിക്കുന്നതു. സ്റ്റാറ്റിസ്റ്റിക്കൽ തിയറി അനുസരിച്ചു വഞ്ചി അക്കരെ കാണപ്പെടാനും ഇക്കരെ നിൽക്കാനും തുല്യ സാദ്ധ്യത നില നിൽക്കെ, അക്കരെക്കണ്ട അവസരങ്ങൾ മാത്രം ഓർമയിൽ തങ്ങി നിൽക്കുന്നത് അത് നമുക്ക് സമയ നഷ്ടവും, ബുദ്ധിമുട്ടുമുണ്ടാക്കി എന്നത് തന്നെ.

അവസാനം, കാര്യങ്ങൾ നമ്മൾക്ക് അനുകൂലമാകുമെന്ന് നമ്മൾ പ്രതീക്ഷിക്കുന്നു., അവസ്ഥ മോശമാകുമ്പോൾ, നമ്മൾ കാരണങ്ങൾ അന്വേഷിക്കുന്നു. അതിനാൽ, ഇത് ചിന്തയ്ക്കുള്ള ഭക്ഷണമാണെന്ന്കാണാം, മർഫിയുടെ നിയമം നമ്മുടെ ഭാവനയെ ആകർഷിക്കുന്നു.

മർഫിയുടെ നിയമത്തെക്കുറിച്ചുള്ള കാഴ്ചപ്പാടുകൾ

ജനിതകശാസ്ത്രത്തിലും പ്രപഞ്ചവിജ്ഞാനീയത്തിലും വിദഗ്ധനായ ബ്രിട്ടീഷ്കാരനായ റിച്ചാർഡ് ഡോക്കിൻസ് പറയുന്നതനുസരിച്ച്, മർഫിയുടെ നിയമം പോലെയുള്ള ഈ നിയമങ്ങൾക്കു ഒരർത്ഥവുമില്ല. കാരണം, സ്വന്തം ആഗ്രഹങ്ങൾക്കനുസൃതമായി പ്രതികരിക്കുന്നില്ലെങ്കിൽ അവർക്ക് സ്വന്തമായി ആഗ്രഹങ്ങൾ ഉണ്ടാകാൻ നിർജീവ

വസ്തുക്കൾ ആവശ്യമാണ്. ഒരു പ്രത്യേക ക്ലാസ് സംഭവങ്ങൾ എല്ലായ്പ്പോഴും നടന്നേക്കാം, എന്നാൽ അവ നമ്മെ ശല്യപ്പെടുത്താൻ തുടങ്ങുമ്പോൾ മാത്രമേ നമ്മൾ അവയെ ശ്രദ്ധിക്കുകയുള്ളൂവെന്ന് അദ്ദേഹം പറയുന്നു. ചിത്രീകരണത്തെ തടസ്സപ്പെടുത്തുന്ന വിമാനത്തിന്റെ ശബ്ദത്തിന്റെ ഉദാഹരണം അദ്ദേഹം നൽകുന്നു.

ഉദാഹരണത്തിന്, ആകാശത്ത് എല്ലായ്പ്പോഴും വിമാനങ്ങൾ നാം കാണാറുണ്ട്, പക്ഷേ അവയുടെ ശബ്ദം സ്വച്ഛമായ ഒരു ചിത്രീകരണത്തെയോ മറ്റോ തടസ്സപ്പെടുത്തുമ്പോൾ മാത്രമേ നമ്മൾ അവയെ ഒരു ശല്യമായി വീക്ഷിക്കുകയുള്ളു, അപ്പോൾ മാത്രമാണ് നമ്മൾ അവയെ ശ്രദ്ധിക്കുന്നത്. ഈ ഒറ്റ ഉദാഹരണം മതി മർഫി നിയമത്തിന്റെ യഥാർത്ഥ മുഖം മനസ്സിലാക്കാൻ.

ലേഖനം

9

പ്രണയത്തിന്റെ സങ്കീർണ രസതന്ത്രം

വിശപ്പ്, ദാഹം, ഉറക്കം തുടങ്ങിയ മനുഷ്യ ആവശ്യങ്ങൾ പോലെ അടിസ്ഥാനവും, അവശ്യവുമാണ് സ്നേഹിക്കപ്പെടുക എന്നത്. ഏറ്റവും മൃദുലമായ, ഊഷ്മളയമായ ഈ വികാരമാണ്, മനുഷ്യ-മൃഗ വംശ പരമ്പര തന്നെ നിലനിർത്തുന്നത്. അതി തീവ്ര വും, മധുരിക്കുന്നതും, കോൾമയിർ കൊള്ളിക്കന്നതുമായ, അസങ്കീര്ണവുമായ ഈ വികാരത്തിന് ജാതി-മത, പ്രായ- ലിംഗ-രാജ്യ- ഭേദമില്ല.

അതിതീവ്രവും, ഗാഢവുമായ അടുപ്പത്തിന്റെയും സ്നേഹത്തിന്റെയും, വാത്സല്യ ത്തിന്റെയും ഒരു സമ്മിശ്ര വികാരമാണ് പ്രണയത്തിൽ പ്രതിഫലിക്കുന്നത്. അതുല്യ മായ, ഉദാത്തമായ സ്നേഹവായ്പ്പിൽ ഇണക്കുവേണ്ടി പ്രാണത്യാഗം വരെ ചെയ്യാൻ തയ്യാറാവുന്ന കമിതാക്കൾ ഈ കാലഘട്ടത്തിൽ വേറെ ഏതോ ലോകത്തിലാണെന്ന തോന്നലിലാണ് ജീവിക്കുന്നത് തന്നെ. അവാച്യമായ അനുഭൂതി അനുഭവിക്കുന്ന കമിതാക്കൾ അറിയുന്നുണ്ടോ ഇത് തലച്ചോറിൽ ഉൽപ്പാദിക്കപ്പെടുന്ന ചില ഹോർ മോണുകൾ എന്ന രാസവസ്തുക്കളുടെ കളികളാണെന്നു? രണ്ടുപേർ പ്രണയത്തി ലാവുമ്പോൾ തലച്ചോറിലെ "കൗഡിറ്റ് ന്യൂക്ലിയസ്" എന്ന ഭാഗം സജീവമാവുകയും അവിടത്തെ സുഖദായക രാസ കേന്ദ്രങ്ങൾ ഉത്തേജിക്കപ്പെട്ടു ഡോപ്പമിൻ, സെറട്ടോ ണിൻ തുടങ്ങിയ രാസവസ്തുക്കൾ ഉൽപ്പാദിപ്പിക്കപ്പെടുകയും ചെയ്യുന്നു

പ്രണയത്തിന്റെ പടികൾ

ഒരു ശാസ്ത്രീയ കാഴ്ചപ്പാടിൽ, പ്രണയത്തിൽ വീഴുന്നതിനു മൂന്നു ഘട്ടങ്ങളുണ്ട് മോഹം, ആകർഷണം, പിന്നെ ഇഴുകിച്ചേരൽ. ഈ സമയത്തു തലയിൽ നടക്കുന്ന രാസപ്രക്രിയകൾക്കു മാനസീക രോഗത്തിന് നടക്കുന്ന പ്രക്രിയകളുമായി സാമ്യമുണ്ട്. ഒരാൾ മറ്റൊരാളിലേക്ക് ആകര്ഷിക്കപ്പെടുമ്പോൾ ഉപബോധമനസ്സ് പ്രേരിപ്പി ക്കുന്നത് മറ്റേയാളുടെ ഭാവമോ, ചലനമോ, എന്തെങ്കിലും പ്രത്യേകതകളോ, സ്വഭാവ വിശേഷങ്ങളോ ആയിരിക്കും. കമിതാക്കളിൽ ഈ കാലഘട്ടത്തിൽ തുടുത്ത കവിൾ, താളമിടിപ്പുകൂടിയ

ഹൃദയം, തണുത്ത കയ്യ് എന്നീ ബാഹ്യ ലക്ഷണങ്ങൾ പ്രകടമായിരിക്കും. ഇതെല്ലാം ജൈവ രസതന്ത്രത്തിന്റെ വിവിധ ദിശകളും.

ഒന്നാം ഘട്ടം: മോഹം

ഇതിന്റെ കാരണക്കാരും, ഇതിന്റെ നിയന്ത്രണം നടത്തുന്നതും ടെസ്റ്റോ സ്റ്റീറോൺ, ഈസ്ട്രജൻ എന്നീ ഹോർമോണുകളാണ്. ടെസ്റ്റോസ്റ്റിറോൺ പുരുഷന്മാരിൽ മാത്രം ഒതുങ്ങുന്നതല്ല. സ്ത്രീകളിലും അതിനു അതിന്റെതായ പങ്കുണ്ട്.

രണ്ടാം ഘട്ടം –ആകർഷണം

വളരെ അതിശയകരമാണ് ഈ ഘട്ടത്തിലെ ഹോർമോണുകളുടെ പ്രവർത്തനങ്ങളും അതിന്റെ പ്രതിഫലനങ്ങളും. കമിതാക്കൾക്ക് പരസ്പരമല്ലാതെ മറ്റൊന്നിനെപ്പറ്റി ചിന്തിക്കാൻ പോലുമല്ലാത്ത അവസ്ഥയിലേക്ക് അവരെ തള്ളിയിടുന്നത് തലച്ചോറിലെ ചില പ്രത്യേക കേന്ദ്രങ്ങളാണ്. തങ്ങൾ രണ്ടുപേരുമാത്രം ചേർന്നത് മാത്രമാണീ ലോകമെന്നു അവരെ തോന്നിപ്പിക്കുന്നതു ന്യൂറോ ട്രാൻസ്മിറ്ററുകളായ ഡോപ്പ മീൻ, അഡ്രെനാളിൻ, സെറോടോണിൻ, എൻഡോർഫിൻ എന്നിവയാണെന്നു എത്ര പേർക്കറിയാം?

ഡോപ്പമീൻ––ന്റെ പങ്ക്

പ്രണയത്തിലുള്ളവരുടെ സിരകളിൽ ഡോപ്പമീനിന്റെ അതി പ്രവാഹമുണ്ടാവും. ഇത് അവരുടെ ആഗ്രഹങ്ങൾക്കും, സ്വപ്നങ്ങൾക്കും മറ്റും താത്കാലിക ജീവൻ വയ്പ്പിക്കും. ഇതിന്റെ അളവ് കൂടുമ്പോൾ ഇണകൾക്കു അത്യാഹ്ളാദം, എല്ലാം പിടിച്ചടക്കി എന്ന തോന്നൽ, ഇണയെ സംബന്ധിക്കുന്ന ചെറിയ കാര്യങ്ങളിൽ പോലും അമിത സന്തോഷം എന്നീ അവസ്ഥയിലേക്ക് ആനയിക്കും. തൽക്കാലത്തേക്ക് ഓർമക്കൂടുതൽ, ധൈര്യം, എന്തും ചെയ്യാനുള്ള ചങ്കൂറ്റം ഇവ പ്രദാനം ചെയ്യും. പക്ഷെ, ഇതല്ലാം ഡോപ്പമീന്റെ ലീലാവിലാസങ്ങളാണെന്നു അവരുണ്ടോ അറിയുന്നു? ഈ തന്മാത്ര തൽക്കാലത്തേക്ക് സുഖാവസ്ഥ തോന്നിപ്പിക്കുമെങ്കിലും, അത് ഡോപ്പമീൻ– ആസക്തി (dopamine addiction) ഉണ്ടാക്കുമെന്നാണ് ഇതിന്റെ പ്രധാന ദോഷ വശം. ഡോപ്പമീന്റെ, ഈ കാലഘട്ടത്തിലെ അമിത അളവിലുള്ള ഉൽപ്പാദനം കഴിഞ്ഞു ശരീരം സാധാരണ അവസ്ഥയിലേക്ക് തിരിച്ചുവരാൻ കുറേനാൾ പിടിക്കും. ഈ കാലയളവിൽ തന്നെ ഒരു ഘട്ടത്തിൽ ആവശ്യത്തിന് ഡോപ്പമീൻ ഇല്ലാത്ത്ത അവസ്ഥയും വരും. മാത്രമോ, ഈ സ്ഥിതിയിൽ ഡോപ്പമീന്റെ എതിർ ലക്ഷണങ്ങൾ പ്രകടിപ്പിക്കുന്ന പ്രൊലാക്ടിൻ എന്ന ഹോർമോൺ ഉത്പാദിക്കപ്പെടുകയും ചെയ്യും. അതായത്, ഡോപ്പമീൻ കൂടിയ സമയത്തു പ്രൊലാക്ടിൻ കുറയുകയും, അതേപോലെ തിരിച്ചും.

ഹോർമോണുകളുടെ ഏറിയിറങ്ങിയുള്ള ഈ അവസ്ഥ ശരീരത്തിന്റെ തുലനാവസ്ഥക്കു ദോഷം ചെയ്യും. മാത്രമല്ല, ശരീരത്തിന്റെ രോഗ പ്രതിരോധ ശക്തി കുറക്കുകയും, വിഷാദം തോന്നിപ്പിക്കുകയും, അകാലത്തു ജരാ–നരകൾ വരുത്തുകയും ചെയ്യും. ആത്മഹത്യ പ്രവണത ഈ കാലഘട്ടത്തിലുണ്ടാവാം

അഡ്രിനാലിൻ

പ്രണയത്തിന്റെ ആരംഭദശയിൽ സ്വാഭാവികമായ മാനസ്സീക സംഘർഷങ്ങൾ തരണം ചെയ്യാനായി ഒരു വ്യക്തിയുടെ സിരകളിൽ അഡ്രിനാൽ, കോർട്ടിസോൾ എന്നീ ഹോര്മോണുകളുടെ അളവ് കൂടിയിരിക്കും. ഹോർമോണുകൾ ഹൃദയമിടിപ്പിന്റെ താളവും മറ്റും വർദ്ധിപ്പിച്ചു, രക്ത കുഴലുകൾ ചുരുക്കി പേശികളിലേക്കും, ശ്വാസകോശത്തിലേക്കുമുള്ള രക്ത പ്രവാഹവും മറ്റും വർദ്ധിപ്പിക്കുന്നു.

സെറോട്ടോണിൻ

സെറോട്ടോണിൻ എന്ന ഹോർമോണിന്റെ പ്രവർത്തനങ്ങൾ പരിശോധിച്ചാൽ മനസ്സിലാകും എന്തുകൊണ്ടാണ് പ്രണയമുണ്ടാവുന്നതെന്നും, എന്തെല്ലാം കോപ്രായങ്ങളാണ് അത് കമിതാക്കളെ കൊണ്ട് കാട്ടിപ്പിക്കുകയെന്നും. ഇരുപതോളം കമിതാക്കളെ നിരീക്ഷണത്തിനു വിധേയമാക്കിയ ശേഷം, ഇറ്റലിയിലെ പിസ സർവകലാശാലയിൽ നടത്തിയ ഗവേഷണ പ്രകാരം പ്രണയത്തിന്റെ ആദ്യ നാളുകളിൽ പരസ്പരം ആകർഷണ വലയത്തിൽ പെട്ട കമിതാക്കളുടെ ചിന്താധാര തന്നെ സാധാരണയിൽ നിന്നും വ്യത്യസ്ഥമത്രെ. ഇവരുടെ രക്തത്തിൽ ഈ കാലഘട്ടത്തിൽ സെറോട്ടോണിന്റെ പെരുമഴയായിരിക്കുമത്രേ!

നാഡീവ്യൂഹത്തിലേക്ക് ന്യൂറോ സിഗ്നലുകൾ കടത്തി വിടുകയെന്ന ദൗത്യം ഏറ്റെടുത്തിരിക്കുന്ന വളരെ പ്രധാന ഹോർമോൺ ആണ് എൻഡോർഫിൻ. ശരീരത്തിന് എന്തെങ്കിലും ക്ഷതമേറ്റാൽ വേദന അറിയാതിരിക്കാൻ ഈ ഹോര്മോണാണ് ഓടിയെത്തുന്നത്. മനുഷ്യനിൽ ഏതാണ്ട് ഇരുപത് തരം എൻഡോർഫിനുകൾ ഉണ്ട്. തലച്ചോറിൽ പിറ്റ്യൂറ്ററി ഗ്രന്ധിയിലും ഇതര ഭാഗങ്ങളുമായി നാഡീവ്യൂഹത്തിൽ സർവവും ഇത് വ്യാപിച്ചു കിടക്കുന്നു. വേദനയോ സമ്മർദമോയുണ്ടായാൽ എൻഡോർഫിൻ പുറത്തു വരും. ഒപ്പിയെട് റെസിപ്റ്റ്റ്സുമായി സംയോജിച്ചു വേദന ശമിപ്പിക്കുന്നു. വേദന ശമിപ്പിക്കുന്നതോടൊപ്പം വിശപ്പു നിയന്ത്രിക്കുക, ദിവ സ്വപനം കാണിക്കുക, ലൈംഗീക ഹോർമോണുകൾ പുറപ്പെടുവിക്കുക, പ്രതിരോധ ശക്തി വർധിപ്പിക്കുക എന്നീ ദൗത്യങ്ങളും ഈ ഹോർമോൺ ഏറ്റെടുത്തിരിക്കുന്നു. എൻഡോർഫിൻ കൂടിയ അളവിൽ വേദന കുറച്ചനുഭവിക്കുന്നതോടൊപ്പം, സന്തോഷം തോന്നിപ്പിക്കുകയും, സമ്മർദ ഫലമായുണ്ടാവുന്ന വിപരീത ഫലങ്ങൾ കുറക്കുകയും ചെയ്യുന്നു.

ചോക്ലേറ്, പച്ചമുളക് തുടങ്ങിയ ആഹാരങ്ങൾ എൻഡോർഫിന്റെ അളവ് കൂട്ടാറുണ്ട്.

മൂന്നാംഘട്ടം, അടുത്തിടപെടൽ

ദമ്പതികൾ തമ്മിലുള്ള സുദീർഘമായ പരസ്പരധാരണയും, ദീർഘകാല ബാന്ധവവുമാണ് ഇവർക്ക് ഉണ്ണി പിറക്കുന്നതോടെ സംഭവിക്കുന്നത്. ഈ സമയത്തുണ്ടാവുന്ന പരസ്പര അടുപ്പത്തിന് നിദാനമായിട്ടുള്ളത് രണ്ടു പ്രത്യേക ഹോര്മോണുകളാണ്; ഓക്സിറ്റോസിനും വാസോപ്രെസ്സിനും. തലച്ചോറിലെ പലതരത്തിലുള്ള ന്യൂറോണുകളെ നിയന്ത്രിക്കുന്നതിലും, സുഖ പ്രസവത്തിനും, പ്രസവാനന്തര കാര്യങ്ങളായ മുലപ്പാലുൽപ്പാദനത്തിനും മറ്റും വഴിയൊരുക്കുന്നത് ഈ ഹോർമോണുകളാണ്.

ഓക്സിറ്റോസിൻ

ദമ്പതികൾ തമ്മിലുള്ള വിട്ടുപിരിയാനാകാത്ത അടുപ്പവും, പരസ്പര ധാരണയും ഊട്ടിയുറപ്പിക്കുന്ന ഈ ഹോർമോൺ മാതൃ -ശിശു ബന്ധത്തിന് പൊക്കിള്കൊടിയിലുപരിയായിട്ടുള്ള ഒരു ബാന്ധവവും കൽപ്പിക്കുന്നു.

ഈ ഹോർമോൺ ഒരുപാട് കാര്യങ്ങളിൽ ഇടപെടുകയും മനുഷ്യന് പല കാര്യങ്ങളിലും നിയന്ത്രണം ഏർപ്പെടുത്തുകയും ചെയ്യുന്നുണ്ട്. അവന്റെ പെരുമാറ്റം, സാമൂഹ്യബോധം, ഉത്ഖണ്ഠ, ഒത്തുചേരൽ തുടങ്ങിയ കാര്യങ്ങൾക്കു മനുഷ്യന് ചട്ടക്കൂട് നിശ്ചയിക്കുന്നത് ഈ ഹോർമോണാണ്. അമ്മ കുഞ്ഞിനെ ലാളിക്കുമ്പോഴും, രണ്ടുപേർ പരസ്പരം സ്നേഹവായ്പിൽ പുണരുമ്പോഴും തലച്ചോർ പുറപ്പെടിവിക്കുന്നത് ഓക്സിറ്റോസിനാണ്.

വാസോപ്രെസ്സിൻ

വാസോപ്രെസ്സിൻ എന്ന ഹോർമോണിനു മനുഷ്യന്റെ ദീർഘകാല പ്രവർത്തികളിൽ അവനെ പ്രാപ്തമാക്കുന്നതിലും, തീരുമാനമെടുക്കന്നതിലും വലിയ പങ്കാണുള്ളത്. സ്ത്രീകളിൽ ഇത് പ്രസവ സമയത്തു ഹൈപ്പോതലാമസ്സിൽ നിന്നും പുറപ്പെടുവിക്കപ്പെടുന്നു. മുലപ്പാൽ ഉണ്ടാവാനും ഇത് വേണം. മാതൃ-ശിശു ബന്ധം ഇത്രയ്ക്കു ദൃഢവും, ഗാഢവും, ഊഷ്മളവുമാക്കുന്നതു ഈ ഹോര്മോണാണ്.

അസഹനീയ വേദന, കിഡ്നി തകരാർ, ഹൃദയസംബന്ധമായ പ്രശ്നങ്ങൾ എന്നീ അവസരങ്ങളിൽ കൃത്രിമമായുണ്ടാക്കപ്പെടുന്ന പ്രേമ ഹോർമോണായ ഡോപ്പാമിൻ ആണ് മരുന്നായി നൽകുന്നത്. സെറോറ്റോണിനാകട്ടെ വിഷാദ രോഗത്തിനും, ആസക്തി (വിധേയത്വം) മറികടക്കൽ, മനക്കരുത്തു വീണ്ടെടുക്കൽ, നല്ല മാനസീക നില കൈവരിക്കൽ എന്നീ കാര്യങ്ങൾക്കു ഔഷധമായി നൽകാറുണ്ട്.

ലോകാരോഗ്യ സംഘടനയുടെ കാഴ്ചപ്പാടിൽ മനുഷ്യന്റെ അടിസ്ഥാന ആരോഗ്യത്തിനു അത്യന്താപേക്ഷിതമായിട്ടുള്ള ഒന്നാണ് ഓക്സിറ്റോസിൻ. കൃത്രിമമായി ഉണ്ടാക്കപ്പെട്ട ഓക്സിറ്റോസിൻ, ഓട്ടിസം, സമൂഹഭീതി എന്നീ അസുഖങ്ങൾക്ക് മരുന്നായും നൽകി വരുന്നു.

ലേഖനം

10

ചൊവ്വയിലെ ജലം; സത്യവും മിഥ്യയും

ഇപ്പോൾ ചൊവ്വയെക്കാൾ വിവാദമുയർത്തുന്ന വിഷയമാണ് ചൊവ്വയിലെ ജലസാന്നിദ്ധ്യം. വെള്ളമൊഴുകുന്ന നീർച്ചാലുകളും മറ്റും ചിത്ര സഹിതം 2015–ൽ നാസ പുറത്തുവിട്ടപ്പോൾ, ഈ ഗ്രഹത്തിലെ ദ്രവരൂപത്തിലുള്ള ജലത്തിന്റെ നിലനിൽപ്പിനെ തപോഗത സിദ്ധാന്തത്തിന്റെ അടിസ്ഥാനത്തിൽ ഈ ലേഖകൻ ചോദ്യം ചെയ്തിരുന്നു. അതായത് ചൊവ്വ ഗ്രഹത്തിൽ നിലവിലുള്ള ഊഷ്മ, അന്തരീക്ഷ മർദ്ദ അവസ്ഥയിൽ ജലം ഖര രൂപത്തിലോ (ഐസ്) അല്ലെങ്കിൽ വാതക (ആവി) രൂപത്തിലോ മാത്രമേ നിലനിൽക്കുകയുള്ളൂ. അന്ന് അത് വിവാദമുണ്ടാക്കിയിരുന്നുവെങ്കിലും 2016ൽ നാസയുടെ ചൊവ്വ പര്യവേക്ഷണ ഉപഗ്രഹം എടുത്ത ചിത്രങ്ങളിൽ അത് യഥാർത്ഥ നീർചാലുകളല്ലായെന്നും ക്യാമറ കണ്ണുകൾക്ക് പറ്റിയ ദൃശ്യ അപചയങ്ങളാണെന്നും തിരുത്തുകയുണ്ടായി.

ഇപ്പോൾ കണ്ടെത്തിയിരിക്കുന്ന ഐസ് ഉറഞ്ഞ കുളം ശാസ്ത്ര യാഥാർഥ്യവുമായി പൊരുത്തപെടുന്നതാണ്. അതായത് ചൊവ്വ ഗ്രഹത്തിൽ ജലം ഖര–വാതക രൂപത്തിൽ മാത്രമേ സ്ഥായിയായിരിക്കൂ എന്നത്. ഞങ്ങൾ ഈയിടെ നടത്തിയ പഠനത്തിൽ വ്യക്തമായത് ചൊവ്വ ഗൃഹത്തിൽ ജലം ദ്രവരൂപത്തിൽ സ്ഥിതി ചെയ്യണമെങ്കിൽ അതിൽ മഗ്നീഷ്യം പെർക്ളൊറേറ്റ് പോലുള്ള ലവണങ്ങൾ (പൂരിത ലായനിയാവാൻ മാത്രം) ലയിച്ചിട്ടുണ്ടാവണമെന്നതാണ്.

ഞങ്ങളുടെ ഈ വാദഗതിക്ക് ഇപ്പോൾ അന്താരാഷ്ട്ര അംഗീകാരം ലഭിച്ചിട്ടുണ്ട്. (അടിസ്ഥാനം: ചൊവ്വാഗ്രഹത്തിൽ ദ്രാവക ജലത്തിന്റെ സ്ഥിരത, ഒരു തപോഗതിക വിശകലനം എ. സി എസ ഒമേഗ ജേർണൽ (2021)). ഒരു കാര്യം വ്യക്തമാക്കട്ടെ, ശാസ്ത്ര തത്വങ്ങൾ എന്നും ശാശ്വത സത്യങ്ങളായിരിക്കും.

ലേഖനം

11

അമ്പിളി മാമൻ അപ്രത്യക്ഷമായാൽ?

ലേഖകൻ തീരെ കുഞ്ഞായിരുന്നപ്പോൾ ലേഖകന്റെ മുത്തശ്ശി ഒരു കഥ പറഞ്ഞു തന്നിരുന്നു. അതിന്റെ ചുരുക്കം ഇതായിരുന്നു. അതായത് പണ്ട് പണ്ട് ആകാശം ഭൂമിയോടു തൊട്ടുരുമ്മിയിട്ടായിരുന്നുവത്രേ, അതേ പോലെ അമ്പിളി മാമൻ, കയ്യെത്തും ദൂരത്തും. ഒരിക്കൽ ഒരു കുന്നിന്റെ മുകളിൽ താമസച്ചിരുന്ന ഒരു സ്ത്രീ മുറ്റമടിക്കുന്നതിനിടയിൽ നിവരുകയും അവരുടെ കയ്യിലിരുന്ന ചൂൽ അറിയാതെ അമ്പിളിമാമന്റെ മുഖത്തു മുട്ടി അദ്ദേഹം ദേഷ്യപ്പെട്ടു ആകാശത്തേക്ക് തിരിച്ചു പോയിയത്രെ. ഈ കഥകേട്ട് ആ കുഞ്ഞു മനസ്സ് നഷ്ടബോധം കൊണ്ട് ഏറെ വിഷമിച്ചു. ശ്ശെ, അവരങ്ങനെ ചെയ്തില്ലായിരുന്നുവെങ്കിൽ! നമുക്കിപ്പോൾ അമ്പിളി മാമനെ തൊടമായിരുന്നു എന്ന് ആ നിഷ്കളങ്ക മനസ്സ് വിശ്വസിച്ചിരുന്നു.

ചന്ദ്രനെപ്പറ്റി

ചന്ദ്രന്റെ സൗന്ദര്യം ചരിത്രത്തിലുടനീളം കൗതുകത്തിന്റെയും ജിജ്ഞാസയുടെയും ഉറവിടമാണ്, കൂടാതെ സമ്പന്നമായ സാംസ്കാരികവും പ്രതീകാത്മകവുമായ പാരമ്പര്യത്തിന് അത് പ്രചോദനം നൽകിയിട്ടുണ്ട്. മുൻകാല നാഗരികതകളിൽ ചന്ദ്രനെ ഒരു ദേവനായി കണക്കാക്കിയിരുന്നു, അതിന്റെ ആധിപത്യം വേലിയേറ്റങ്ങളിലും മറ്റും അതിന്റെ താളാത്മക നിയന്ത്രണത്തിൽ പ്രകടമായി. കവികളും സംഗീതജ്ഞരും എക്കാലത്തും ചന്ദ്രന്റെ റൊമാന്റിക് ചാരുത വിളിച്ചോതിയിട്ടുണ്ട്. നമ്മുടെ അമ്മൂമ്മമാർ കുഞ്ഞുവാവയായിരുന്ന നമ്മളെ മാമം (കുഞ്ഞിന്റെ ആഹാരം) ഊട്ടിയിരുന്നത് ആകാശത്തെ അമ്പിളിമാമനെന്ന പ്രതിഭാസത്ത ചൂണ്ടിക്കാട്ടിയായിരുന്നു. അമ്പിളിമാമനെന്ന ചന്ദ്രൻ എന്നും നമ്മുടെ കുഞ്ഞു മനസ്സിന്റെ ദൗർബല്യമായിരുന്നു. എത്രയോ കവി, കാമുക ഹൃദയങ്ങളെ കീഴടിക്കിയിട്ടുള്ള ഈ ആകാശ വിസ്മയത്തെ ശാസ്ത്ര സമൂഹം പല വിധത്തിലും കീഴ്പ്പെടുത്തിക്കഴിഞ്ഞു. ഭാരതീയ ശാസ്ത്ര സമൂഹവും ഇതിൽ മുൻ നിരയിലുണ്ട്. എന്നാൽ ചന്ദ്രനെ ദൈവമായി ആരാധിക്കുന്ന

ധാരാളം ജനസമൂഹമുണ്ടെന്നതാണ് വാസ്തവും. അതിനു അവർക്കു കാരണമുണ്ടെന്നു ഈ ലേഖനം തുടർന്ന് വായിക്കുമ്പോൾ മനസ്സിലാകും.

ചന്ദ്രന്റെ അന്തരീക്ഷം ശൂന്യമാണ്. എന്നാൽ ആറ്റങ്ങളും തന്മാത്രകളും ചന്ദ്രോപരിതലത്തിൽ നിന്നുള്ള വിവിധ പ്രക്രിയകളാൽ പുറന്തള്ളപ്പെടുന്നുണ്ട്. ഇവ സൂര്യപ്രഭയിൽ അയോണീകരിക്കപ്പെടുന്നു, തുടർന്ന് പ്ലാസ്മയായി വൈദ്യുത–കാന്തിക ഫലങ്ങളാൽ നയിക്കപ്പെടുന്നു. ഈ കൊടും ശൂന്യതയിലും നിയോൺ, ഹൈഡ്രജൻ, ഹീലിയം, ആർഗോൺ എന്നിവയാണ് സ്വാഭാവികമായി കാണപ്പെടുന്ന പ്രധാന വാതകങ്ങൾ (വളരെ നേരിയ തോതിൽ)

ചന്ദ്രൻ ഭൂമിയുടെ അടുത്ത്

മേൽപ്പറഞ്ഞ മുത്തശ്ശി കഥ കുഞ്ഞുങ്ങളെ കബളിപ്പിക്കാൻ പറഞ്ഞതാണെങ്കിലും, വാസ്തവത്തിൽ കോടാനു കോടി വർഷങ്ങൾക്ക് മുമ്പ് ചന്ദ്രൻ ഭൂമിയുടെ അടുത്തായിരുന്നത്രെ. അന്നൊക്കെ ഭൂമി 6 - 8 മണിക്കൂർ കൊണ്ട് ഒരുവട്ടം കറങ്ങുമായിരുന്നു. ഒരു വർഷത്തിൽ ആയിരം ദിവസങ്ങൾ ഉണ്ടായിരുന്ന ഒരു കാലം പണ്ടുണ്ടായിരുന്നു. പിന്നീട് ശതകോടി വർഷങ്ങൾ കൊണ്ടാണ് ഭൂമിയിൽ നിന്നും കുറേശ്ശേ കുറേശ്ശേ അകന്നു ചന്ദ്രൻ ഇന്നത്തെ സ്ഥിര നിലയിൽ എത്തിയത്. ഇപ്പോഴും ദിവസത്തിന്റെ ദൈർഘ്യം ദിനംപ്രതി വളരെ ചെറിയതോതിൽ ക്രമമായി കൂടുന്നുണ്ട്. ഒരു നൂറ്റാണ്ടുകൊണ്ട് ഒരു ദിവസത്തിന്റെ നീളം 1.7 മില്ലി സെക്കൻഡ് കൂടുന്നതായി കണ്ടെത്തിയിട്ടുണ്ട്. ചന്ദ്രൻ ഭൂമിയോട് അടുത്ത് വരികയാണെങ്കിൽ, അതിന് കാര്യമായ ഗുരുത്വാകർഷണ സ്വാധീനം ഉണ്ടാകും, ഇത് ഭൂമിയുടെ സ്വന്തം അച്ചുതണ്ടിലുള്ള ഭ്രമണത്തിന്റെ സ്പീഡ് കൂട്ടുന്നതിലുപരി, വേലിയേറ്റ ശക്തികൾക്ക് കാരണമാകും, അത് അത്യധികം വേലിയേറ്റത്തിനും വെള്ളപ്പൊക്കം, തീരദേശ മണ്ണൊലിപ്പ് തുടങ്ങിയ പ്രകൃതി ദുരന്തങ്ങൾക്കും ഇടയാക്കും. അത് നമ്മുടെ ദിനരാത്രങ്ങളെ വലിച്ചിഴച്ചു, പെട്ടെന്നുള്ള ഭൂകമ്പങ്ങൾ, അഗ്നിപർവ്വത സ്ഫോടനങ്ങൾ, ഉയർന്ന വേലിയേറ്റങ്ങൾ എന്നീ വിപത്തുകൾ ക്ഷണിച്ചു വരുത്തും. ഇപ്പോളത്തെ സാഹചര്യത്തിൽ ചന്ദ്രൻ വർഷം തോറും 1.5 ഇഞ്ച് എന്ന കണക്കിന് ഭൂമിയിൽ നിന്നും അകന്നു പോകുകയാണ്. ആനുപാതികമായി, ദിവസങ്ങളുടെ ദൈർഘ്യവും കൂടുന്നുണ്ട്. ഈ പ്രതിഭാസം ചന്ദ്രമാന്ദ്യം എന്നറിയപ്പെടുന്നു.

സമീപത്തുള്ള ചന്ദ്രന്റെ വർധിച്ച ഗുരുത്വാകര്ഷണം കൊണ്ട് ശക്തമായ വേലിയേറ്റത്തിൽ ഭൂമിയിൽ എന്തൊക്കെ അന്ന് സംഭവിച്ചുകാണില്ല എന്നൂഹിക്കാനേ കഴിയൂകയില്ല. ഭൂമിയുടെ സന്തുലിതാവസ്ഥ തെറ്റി പല തവണ അത് തകിടം മറിഞ്ഞിട്ടുണ്ടാവണം. പ്രതികൂല സാഹചര്യത്തിൽ ആ സമയത്തു ഭൂമിയിൽ ഏതെങ്കിലും തരത്തിലുള്ള ജീവൻ നിലനിൽക്കാൻ സാധ്യത കുറവായിരിന്നിരിക്കണം. ചന്ദ്രൻ ഇതേ

അവസ്ഥയിൽ ഇന്നില്ലായിരുന്നെങ്കിൽ ഭൂമിയിലെ ജൈവ വ്യവസ്ഥ താറുമാറായേനെ. ഭാവിയിൽ ചന്ദ്രൻ അപകടകരമായി ഭൂമിയോട് അടുത്ത് വരാനുള്ള സാധ്യത വളരെ കുറവാണ്.

ഭൂമിയോടടുത്ത ചന്ദ്രൻ– ഒരു കലാകാരന്റെ ഭാവനയിൽ

ഭൂമി –ചന്ദ്രൻ ഒരു താരതമ്യം

ചന്ദ്രൻ ഒരു ഗോളാകൃതിയിലുള്ള പാറക്കെട്ടാണ്, ഒരുപക്ഷേ ഒരു ചെറിയ ലോഹ കാമ്പുള്ള, ഏകദേശം 384,000 കിലോമീറ്റർ ദൂരത്തിൽ അല്പം ദീർഘ വൃത്താകൃതിയിലുള്ള ഭ്രമണപഥത്തിൽ ഭൂമിയെ ചുറ്റുന്നു.

ചന്ദ്രനെയും ഭൂമിയെയും താരതമ്യം ചെയ്തു നോക്കിയാൽ:

ഭൂമിയുടെയും ചന്ദ്രന്റെയും പിണ്ഡത്തിന്റെ അനുപാതം ഏകദേശം 81 : 1 ആണ്

അവയുടെ വ്യാസങ്ങളുടെ അനുപാതം ഉദ്ദേശം 3.67 : 1 ആണ്

വ്യാപ്തങ്ങളുടെ അനുപാതം ഏകദേശം 49 : 1

ഭൂമിയുടെ സാന്ദ്രത ഏകദേശം 5.51g/cc ആണ്, അതേസമയം ചന്ദ്രന്റ സാന്ദ്രത ഏകദേശം 3.34 g/cc–യും അവയുടെ അനുപാതം ഏകദേശം 1.65 : 1 ആണ്. ചന്ദ്രനും ഭൂമിയും ഒരേ വസ്തുക്കളാൽ നിർമ്മിച്ചതല്ല. ഒരു പ്രധാന വ്യത്യാസം, ഭൂമിയിൽ ഏകദേശം മൂന്നിലൊന്ന് ഇരുമ്പ് ആണ്, അതേസമയം ചന്ദ്രനിൽ അത് 3.5% മേയുള്ളൂ. രസകരമെന്നു പറയട്ടെ, ഭൂമിയിൽ ഏകദേശം 30% ഓക്സിജൻ ആണെങ്കിൽ, ചന്ദ്രനിൽ 60% ഓക്സിജനുണ്ട് (അന്തരീക്ഷത്തിലല്ല, സംയുക്ത രൂപത്തിൽ പിണ്ഡത്തിനകത്ത്) ഇരുമ്പിന് ഓക്സിജനേക്കാൾ സാന്ദ്രത വളരെക്കൂടുതൽ ആണല്ലോ. ചന്ദ്രന്റെ അന്തരീക്ഷത്തിൽ ഒരു തരത്തിലുള്ള വാതകങ്ങളുമില്ല.

കണ്ണുള്ളപ്പോൾ കൺണിന്റെ വിലയറിയില്ല എന്ന് പറയുന്നപോലെ ചന്ദ്രനുള്ളപ്പോൾ അതിന്റെ മൂല്യം നമുക്കറിയില്ല എന്നതാണ് വാസ്തവം. മാതൃഗ്രഹവുമായി തട്ടിച്ചു നോക്കുമ്പോൾ നമ്മുടെ ചന്ദ്രന്റെ അത്രക്കും ആപേക്ഷിക വലിപ്പമുള്ള ചന്ദ്രന്മാരുള്ള ഗ്രഹം സൗരയൂഥത്തിൽ വേറെയില്ല. ഇതുകൊണ്ടു ചന്ദ്രന്റെ ഭൂമിമേലുള്ള പിടുത്തം (grip) മറ്റേതൊരു ചന്ദ്രന്റേതിനേക്കാളും വലുതാണ്.

ചന്ദ്രൻ അപ്രത്യക്ഷമായാൽ

ചന്ദ്രൻ ഇല്ലായിരുന്നില്ലെങ്കിൽ, ഒരുപക്ഷേ ഭൂമി തകിടം മറിയുമായിരുന്നു. എന്തുകൊണ്ടെന്നാൽ, സൗരയൂഥത്തിൽ ഏറ്റവും വലിയ സ്വാഭാവിക ഉപഗ്രഹം (ചന്ദ്രൻ) ഉള്ള ഗ്രഹമാണ് ഭൂമി. ഭൂമി അതിൻറെ സാങ്കല്പിക അച്ചുതണ്ട് ആധാരമാക്കി സ്വയം ഭ്രമണം ചെയ്തുകൊണ്ടിരിക്കുകയാണല്ലോ. ഇതിന്റെ അക്ഷമാകട്ടെ ഭൂമിയുടെ സഞ്ചാരപാതയുടെ പ്രതലത്തിന്റെ ലംബത്തിൽ നിന്ന് 23.5 ഡിഗ്രി ചരിഞ്ഞിട്ടാണ് ഉള്ളത്. ഇതിനെയാണ് അച്ചുതണ്ടിന്റെ ചരിവ് എന്നു വിളിക്കുന്നത്. ഇതാണ് ഉത്തരായണത്തിനും ദക്ഷിണായനത്തിനും, അതു വഴി കൃത്യമായ ഋതുമാറ്റങ്ങൾക്കും ഹേതുവാകുന്നത്. ഈ ചരിവ് ഇല്ലായിരുന്നെങ്കിൽ നമ്മുടെ നാട്ടിൽ വേനലും മഞ്ഞും മഴയും വസന്തവും ഒന്നും ക്രമമായി മാറി മാറി വരില്ലായിരുന്നു. ഈ ചരിഞ്ഞ അവസ്ഥയിൽ ഭൂമിയെ ഭ്രമണാവസ്ഥയിൽ സ്ഥിരപ്പെടുത്തിയിരിക്കുന്നതു ചന്ദ്രന്റെ നിലവിലെ ആകർഷണ ബലമാണ്. ചന്ദ്രനില്ലെങ്കിൽ ഭൂമിയുടെ ചരിവ് 45° വരെ ഉയരുമെന്ന് വിദഗ്ധർ കണക്കാക്കുന്നു. അതായത് ഗ്രഹം അതിന്റെ വശത്ത് കറങ്ങിക്കൊണ്ടിരിക്കും. ഇത് ഭൂമിയെ കീഴ്മേൽ മറിച്ചു വളരെ വന്യമായ കാലാവസ്ഥ (ഐസ്-യുഗം ഉൾപ്പെടെ) സൃഷ്ടിച്ചേക്കാം.

ചന്ദ്രനില്ലെങ്കിൽ, വേലിയേറ്റങ്ങൾ ശക്തിയില്ലാത്തതാവും. രാത്രികൾ ഇരുണ്ടതായിരിക്കും, ഋതുക്കൾ മാറും. നമ്മുടെ രാത്രിയിലെ ആകാശത്തിലെ ഏറ്റവും തിളക്കമുള്ളതും വലുതുമായ വസ്തു, ചന്ദ്രൻ ഭൂമിയെ കൂടുതൽ ആവാസയോഗ്യമായ ഒരു ഗ്രഹമാക്കി മാറ്റുകയും അതിന്റെ അച്ചുതണ്ടിൽ ഇന്നത്തെ നിലയിൽ കറങ്ങാൻ അനുവദിക്കുകയും അതുമൂലം താരതമ്യേന സ്ഥിരതയുള്ള കാലാവസ്ഥയിലേക്ക് നയിക്കുകയും ചെയ്തിരിക്കുന്നു. ആയിരക്കണക്കിന് വർഷങ്ങളായി മനുഷ്യനെ നയിക്കുന്ന ഒരു താളം സൃഷ്ടിച്ചുകൊണ്ട് ഇത് വേലിയേറ്റത്തിനും കാരണമാകുന്നു. ചന്ദ്രൻ കാണാതെപോയാൽ രാത്രികൾ കൂടുതൽ കൂരിരുട്ടാവും. രാത്രിയിൽ നക്ഷത്ര വീക്ഷണം നല്ല പോലെ സാധിക്കും, മേൽപ്പറഞ്ഞ പ്രശ്നങ്ങൾ കൂടാതെ അത് ലോകമെമ്പാടുമുള്ള മൃഗങ്ങൾക്ക് വളരെയധികം ആശയക്കുഴപ്പം ഉണ്ടാക്കും. വേട്ടക്കാർ ഫലപ്രദമായി വേട്ടയാടുന്നതിന് രാത്രിയിലെ ഇരുട്ടിനെയും ചെറിയ അളവിലുള്ള ചന്ദ്രപ്രകാശത്തെയും ആശ്രയിക്കുന്നു. രാത്രിയിൽ വെളിച്ചം

ഇല്ലെങ്കിൽ, വേട്ട നടക്കാതെ ഇര തഴച്ചുവളരാൻ സാധ്യതയുണ്ട്, കാരണം വേട്ടക്കാർക്ക് അവയെ കണ്ടെത്താൻ കൂടുതൽ ബുദ്ധിമുട്ടായിരിക്കും. അതേപോലെ ഇരുട്ടിന്റെ കാഠിന്യം കൊണ്ട്, തസ്കരന്മാരും പക്ഷെ, വളരെ കഷ്ടപ്പെടും. വേലിയേറ്റങ്ങൾ കുറഞ്ഞു, ആവാസവ്യവസ്ഥയിൽ സമൂലമായ മാറ്റത്തിന് കാരണമാകുകയും ചില മൃഗങ്ങളുടെ വംശനാശത്തിന് കാരണമാവുകയും ചെയ്യും. ഭൂമിയുടെ അക്ഷത്തെ ഈ അളവിൽ സ്ഥിരമായി പിടിച്ചുനിർത്തുന്നതിൽ ചന്ദ്രന് വലിയൊരു പങ്കുണ്ട് എന്ന് സൂചിപ്പിച്ചുവല്ലോ. ചന്ദ്രനെപ്പോലെ നല്ല ഒരു ഉപഗ്രഹം ഇല്ലാത്ത മറ്റു ഗ്രഹങ്ങളുടെ കാര്യമെടുക്കുകയാണെങ്കിൽ അതിന്റെയൊക്കെ അക്ഷം പലവട്ടം തിരിമറികൾക്ക് വിധേയമായിട്ടുണ്ടാവാം. ഭൂമിയിൽ ഇപ്പോൾ ഇതുപോലൊന്ന് സംഭവിച്ചാൽ കാലാവസ്ഥ മാത്രമല്ല, ജീവജാലങ്ങളും തകിടം മറിയും. വൃക്ഷ ലതാതികളുടെ നാശം മൂലം ഭൂമിയുടെ നാശത്തിനു വഴിയൊരുക്കുകയും ചെയ്യും.

ഭൂമിക്ക് ഇങ്ങനെ സംഭവിക്കാതിരിക്കുന്നതിൽ നമ്മൾ ചന്ദ്രനോട് കടപ്പെട്ടിരിക്കുന്നു

വേലിയേറ്റത്തിൻറെ പ്രസക്തി

ഭൂമിയിലെ പല ജീവികളുടെയും ജീവിത ചക്രത്തിൽ വേലിയേറ്റത്തിനും ഇറക്കത്തിനും വലിയ സ്ഥാനമുണ്ട്. കടലിലെ വേലിയേറ്റ –ഇറക്കം കൊണ്ട് ഉള്ള മറ്റു ഗുണങ്ങളിൽ ഒന്ന് ഇതിന്റെ ഫലമായി കടലിലെ ജലം സദാ സമയവും ഇളകി ചലിച്ചു കൊണ്ടിരിക്കുമെന്നതാണ്. വേലിയേറ്റ –ഇറക്കമുണ്ടെങ്കിൽ മാത്രമേ കടലിലെ തണുത്ത ജലവും ചൂട് ജലവും കൂടിച്ചേർന്നു അന്തരീക്ഷ ഊഷ്മാവ് നിയന്ത്രിക്കപ്പെടുകയുള്ളൂ. ചന്ദ്രന്റെ അഭാവത്തിൽ അനങ്ങാതെ കിടക്കുന്ന കടൽ വെള്ളത്തിൽ അന്തരീക്ഷത്തിൽനിന്നും പ്രാണവായു ലയിക്കാൻ സാധ്യത കുറയുകയും അത് മൂലം ജല ജീവികൾക്ക് നിലനിൽക്കാൻ പറ്റാതെ അവ ചത്തൊടുങ്ങുകയും ചെയ്യും. ഭൂമിയിലെ ഓക്സിജന്റെ ഗണ്യമായ ഭാഗം കടൽ വെള്ളത്തിൽ നിന്നാണ് ഉത്ഭവിക്കുന്നത്, ഈ ഓക്സിജൻ സന്തുലിതാവസ്ഥയിൽ, അന്തരീക്ഷത്തിലെ വായുവും തിരിച്ചു കടൽ വെള്ളത്തിൽ ലയിക്കുന്നുണ്ട്. ഈ പ്രക്രിയയെ((കടൽ വെള്ളത്തിൽ നിന്നും പ്രാണവായു പുറത്തു വരുന്നതും ഭൗമാന്തരീക്ഷത്തിൽ നിന്നും ഇത് കടൽജലത്തിൽ ലയിക്കുന്നതും ആയ സന്തുലിതാവസ്ഥ) സഹായിക്കുന്നത് വേലിയേറ്റ–ഇറക്കം കൊണ്ട് ഇളകി മറിയുന്ന കടലാണ്. സ്ഥായിയായി നിൽക്കുന്ന വെള്ളെത്തിലെ ഉപരിതലത്തിൽ മാത്രമേ പ്രാണവായു ലയിക്കൂ. നിലവിൽ കടൽ ജലജീവികളുടെ ആവാസവ്യവസ്ഥ മാറാതിരിക്കുന്നതു ഈ വേലിയേറ്റിറക്കം കൊണ്ടാണ്. ഒരു ഭാഗത്തെ ചെറുമീനുകളെ മറുഭാഗത്തെ വലിയ മീനുകൾക്ക് ഭക്ഷണമായി എത്തിച്ചും മറ്റും ജല ജീവികളുടെ സന്തുലിതാവസ്ഥ നിലനിര്ത്തുന്നതും ചന്ദ്രന്റെ ഈ പ്രതിഭാസം തന്നെ. ഞണ്ടുകൾ,

ചിപ്പികൾ, നക്ഷത്രമത്സ്യങ്ങൾ, ഒച്ചുകൾ എന്നിവ അതിജീവനത്തിനായി വേലിയേറ്റ ങ്ങളെ ആശ്രയിക്കുന്നു.

ഒടുവിൽ, ചന്ദ്രൻ ഇല്ലായിരുന്നുവെങ്കിൽ ചാന്ദ്രയാത്രകളും ഭാരതത്തിന്റെ ചന്ദ്രയാനങ്ങളും ഉണ്ടാകുമായിരുന്നില്ല. ഗ്രഹാന്തരയാത്രകൾക്കുതയ്യാറാകുന്നതിനുള്ള ഒരു ചവിട്ടുപടിയാണ് ചന്ദ്രൻ. കവികളുടെയും, കാമുകന്മാരുടെയും ഹൃദയം കവരുന്ന ചന്ദ്രനെ നഷ്ടപ്പെടാൻ ആരെങ്കിലും ആഗ്രഹിക്കുമോ?.

കവിത

1

ഒരു രസതന്ത്ര കവിത

(പ്രിയ രസതന്ത്ര അധ്യാപകന്റെ ജന്മദിനത്തിന് സമർപ്പിച്ചു കൊണ്ട്)

ഒരു പുതുരസതന്ത്രദിനം ജെറാനിയോളിൻ സൗരഭം പരത്തി
ഒരു പേറ്റു നോവിൻ ആനന്ദത്തിൽ പുളകിതയാവുമ്പോൾ
ഫോട്ടോ സിന്തെസിസിൻ സ്നിഗ്ദമാം ഊഷ്മളതയാൽ
കേട്ടോ ഞങ്ങളോർക്കുന്നങ്ങയെ ലൂയി പാസ്റ്ററെപ്പോൽ

അർക്കനാൽ അനുഗ്രഹീതമീ ദിനം നമുക്കെല്ലാം പ്രിയ ദിനം.
അർഹതപെട്ടൊരീദിനം അങ്ങേക്കുയർന്ന വിഹായസ്സുപോൽ
ഊർജ്ജവും ദ്യുതിയും നൽകി ധന്യരാക്കി ഫാരഡേയെപ്പോൽ
ഞങ്ങളാർജ്ജിച്ചു വിദ്യാധനം ബെൻസിൻ തന്മാത്രപോൽ

സർവവും നൽകും അരുമയാം പ്രകൃതിയെപ്പോൽ
സർവം സദാ കാരുണ്യഹൃദയനാം അങ്ങ് സംപൂജ്യനായി
രാസ വിദ്യാമൃതും നവജീവ വായുവും പകർന്നു
രസകരമാക്കി ജീവിതം രാസസൂക്തങ്ങളാൽ

ബഹുമാന–സ്നേഹമനസ്സാൽ വന്ദിക്കുന്നു.
ബഹുലക രാസസൂത്രമോതിയാ മനസ്സിന് നന്ദി
വിരിയട്ടെ ആ ജീവിതത്തിൽ ഒരായിരം പൂക്കൾ
പൊതിയട്ടെ സന്തോഷപ്പൂക്കളങ്ങയെ തയോഫിൻ തന്മാത്രപോൽ

കവിത

2

വിടപറയുന്നില്ല നീ എന്നോട് ....

(ആത്മാർത്ഥ സുഹൃത്തിന്റെ അകാല വിയോഗത്തിൽ വിലപിക്കുന്ന മനസ്സ്)

സന്ധ്യ മയങ്ങുമ്പോളങ്കണ മാവിൻ ചോട്ടിൽ
സിന്ധുരം ചാർത്തി ചക്രവാള സീമേ ഗമിക്കും
വിഹഗങ്ങളെ വീക്ഷിച്ചു, ദു:ഖാർത്ഥമാം മനസ്സോതിയെന്നോട്
എങ്ങോട്ട് പോയ് മറഞ്ഞു നീ എന്നോടുരിയാടാതെ?

ആർദ്രമാം സൗഹൃദ സ്നേഹചുഴിയിൽ നീ
സ്നിഗ്ദ്ധമാം പിതൃ-തുല്യ വാത്സല്യാവനാഴിയിൽ അമ്പുപോൽ
സ്നേഹിച്ചു- ലാളിച്ചു, സ്മൃതി പഥത്തിൽ നിന്നെങ്ങനെ മറയും നീ
മായാത്ത മുദ്ര ചാർത്തി നീയെൻ ലോലമാം ഹൃദയ താളുകളിൽ ....

വിടപറയുന്നില്ല ഞാൻ നിന്നോടീ മാത്രയിൽ
വിരാജിക്കുന്നു നിന്നോർമകൾ മനസ്സാം വിഹായസ്സിൽ
മന്ദസ്മിതം വിടരും നിൻ മുഖശ്രീ തൻ ചാരുത സദാ
ചന്ദനം ചാർത്തിയ ദാരു ശില്പം പോൽ ചേതോഹരം

പുൽകുക സുഹൃത്തേ, നിദ്രയെ നീയിനി നിൻ പ്രിയ മഠത്തിൽ
നൽകിയ നന്മകളനശ്വരമാക്കും നിൻ നാമധേയം
അർപ്പിക്കുന്നു നിൻ പാദങ്ങളിൽ ഓർമപ്പൂക്കൾ തൻ തേൻകണങ്ങൾ
വർഷിക്കുന്നെൻ നയനങ്ങൾ ദു:ഖ മഴതൻ ആമല കീഫലങ്ങൾ!

കവിത

3

വരുമൊരുനാൾ വസന്തം.................................

ചിരിക്കൂ കിളികളെ, സഹർഷം മൂളു മധൂളങ്ങളെ
ഗമിക്കൂ മേഘങ്ങളേ, നിഴലാകൂ സൂര്യകാന്തികളെ
ആടൂ ലതകളെ കാറ്റിൽ, നർത്തനമാടു മയൂരമേ മനക്കാറ്റിൽ
പാടൂ കുയിലേ ഈണത്തിൽ, ചിലക്കൂ അണ്ണാറക്കണ്ണാ

പൂശല്ലേ ചായം വിണ്ണിൽ മഴവില്ലിൽ ആഴിയിൽ മുങ്ങുമർക്ക
പാടല്ലേ ഗാനം വിരഹ ഗാനം തിരയിൽ അലിയും തേനരുവി
കേഴല്ലിന്ദീവരമേ വരുമല്ലോ നിൻ നാഥൻ സൂര്യനാഥൻ
വരുമൊരുനാൾ വസന്തം പൊൻവസന്തം, ശൈത്യമോ പൊയ്പോയിടും!
ഈ ശൈത്യമോ പൊയ്പോയിടും....

കവിത

4

ഇനിയൊരു പ്രളയം വേണ്ടിടുമോ?

സഹ്യജലമസഹ്യം നാട് നീളെ
കേരളക്കരയാകെ ഒന്നുപോലെ
കണ്ണീർ തടങ്ങളിൽ മാത്രാമല്ലീ ജലം
നാട്ടിൽ സർവത്ര നാശ ഹേതു

വെള്ളമുണ്ടെന്നാൽ വെളിച്ചമില്ല,
എള്ളോളമില്ല ല്ലേനെർജികളും
എട്ടുമണിക്കെത്തും കൂരിരുട്ടും,
കൂട്ടരൊരുമിച്ചൊരു ഭാഷണവും

എട്ടര സൂര്യപ്രഭ ചൊരിഞ്ഞു
എത്തുന്ന മിന്നാമിനുങ്ങിൽ വെട്ടം

തേയിലയില്ലാത്ത ചായകൂട്ടും, അരി–
മാവ് തീണ്ടാത്തൊരീ ദോശകളും
തൊട്ടുകൂട്ടാൻ ദിവാസ്വപ്നങ്ങളും
കൂട്ട് കറിയായി മോഹങ്ങളും

സീരിയലില്ല, സിനിമയില്ല,
വാട്സ് ആപ്പോ! കേട്ടിട്ടനേകദിനം
അയൽപക്കരൊരുമിച്ചു ഭക്ഷണവും
ശേഷിച്ച സൗഹൃദ ഭാഷണവും

ഒന്പതരക്കൊരു ഗാഢ നിദ്രേം
കാലേ ആറരക്കുള്ള ഉണർത്തു സൂര്യൻ
നാൽപ്പത്തിനാൽ വര്ഷം കാത്തിരിപ്പോ!
നല്ലനാളുകൾതൻ തിരുവരവോ?

ഈ നല്ലകാലം ഇനി വന്നു ഭവിപ്പാൻ
ഇനിയൊരു പ്രളയം വേണ്ടിടുമോ?

www.ingramcontent.com/pod-product-compliance
Lightning Source LLC
LaVergne TN
LVHW041127150826
845673LV00007B/2214